HARAKATI ZA JORAM KIANGO

Mtambo wa Mauti

Simulizi Sisimka

HARAKATI ZA JORAM KIANGO

Mtambo wa Mauti

Ben R. Mtobwa

Nairobi • Kampala • Dar es Salaam • Kigali • Lusaka • Lilongwe

Kimetolewa na
East African Educational Publishers Ltd
Brick Court, Mpaka Road/Woodvale Grove
Westlands, S.L.P. 45314, Nairobi – 00100
KENYA

Barua pepe: eaep@eastafricanpublishers.com
Tovuti: www.eastafricanpublishers.com

East African Educational Publishers Ltd
C/O Gustro Ltd.
S.L.P. 9997, Kampala
UGANDA

Ujuzi Books Ltd
S.L.P. 38260, Dar es Salaam
TANZANIA

East African Publishers Rwanda Ltd.
Tabs Plaza, Kimironko Road,
Opposite Kigali Institute of Education
S.L.P 5151, Kigali
RWANDA.

Kilichapishwa mara ya kwanza na Heko Publishers Ltd. 2004
Toleo hili na EAEP 2015

ISBN 978-9966-25-997-4

KIDOKEZO

Muhimbili, Dar es salaam, Tanzania
Aprili 1, 2004

Madaktari bingwa sita, waliokubuhu katika taaluma ya tiba, waliduwaa mbele ya *microscope* wakishuhudia kitu ambacho hawakupata kukiona maishani mwao. Kwa muda wa dakika moja, kirusi kimoja tu cha UKIMWI kilichowekwa katika damu yenye ujazo wa milimita 3, kilikuwa tayari kimeteketeza chembechembe nyeupe 5,000 kati ya chembechembe zisizopungua 10,000 zilizokuwemo!

Si hilo tu, kirusi hicho, ambacho katika hali ya kawaida hakijihusishi na chembechembe nyekundu, hapa kilionekana kikizishambulia chembechembe hizo moja baada ya nyingine kwa kasi ya ajabu!

Chembechembe nyeupe, kwa jina la kitaalamu *T-Cells* au *CD4+*, zina kazi maalumu ya kuhakiki kinga ya mwili na kurekebisha uharibifu wowote unaotokea. Chembechembe nyekundu ambazo, kwa kawaida, huishi siku 120 kabla ya kuharibiwa katika ini au wengu na nyingine kuchukua nafasi yake, kazi yake kubwa ni kusafirisha oksijeni mwilini. Inaaminika kuwa kiasi cha chembechembe 200,000,000 hutengenezwa na kuharibiwa kila siku. Kasi ya kirusi hiki katika kuteketeza chembechembe hizo na kuzaliana ilionyesha wazi kuwa binadamu aliyeambukizwa asingeishi zaidi ya siku tatu, jambo ambalo liliwafanya madaktari hao bingwa watazamane kwa hofu na mshangao.

Uamuzi wa kufanya majaribio haya ulichukuliwa na uongozi wa hospitali hiyo baada ya mgonjwa wa kumi na moja, kati ya kumi na wawili walioletwa hospitalini hapo, kufa saa ishirini na nne baadaye kama waliomtangulia. Wote walilalamikia maumivu ya kichwa na homa kali. Walipopimwa damu zao zilionekana kuathiriwa na virusi vya UKIMWI, jambo ambalo si wao wala ndugu zao walioafikiana nalo.

"Jana tu alikuwa mzima wa afya, leo niambiwe kuwa ana UKIMWI!" Mmoja wa ndugu wa wagonjwa hao alimaka.

Kitu kingine kilichowasukuma madaktari kufanya uchunguzi huo ni historia ya maradhi yao. Wote walionekana kuugua ghafla baada ya kula chakula cha aina moja katika tafrija ya arusi iliyofanyika mjini hapa. Walikuwa wamekula nyama ya kusaga ambayo baadaye waandaaji wa tafrija hiyo walikana kuhusika nayo!

Awali, hospitali ilidhani kuwa walikuwa wamekula sumu. Lakini vipimo vilionyesha tofauti. Vifo vyao vilitokana na shambulizi kubwa la virusi vya UKIMWI! Virusi vinavyoshambulia kwa kasi kubwa kuliko ile ya maradhi yote mengine ya mlipuko; ikiwemo Ebola, Kipindupindu na hata SAS.

"Mungu wangu!" daktari mmoja alilalamika. "Mnajua kama kirusi hiki kikiruhusiwa kuendelea kuishi mwaka mmoja tu baadaye nchi hii haitabakia mtu au mnyama yeyote hai?"

"Hilo liko wazi, hasa baada ya kuona kuwa kinaweza kuishi ndani ya vitu vingine kama maji na chembechembe za chakula badala ya damu pekee kama ilivyo ada!"

"Nakichukia kirusi hiki!" Daktari mwingine alisema kwa sauti ya kufoka.

"Kwa hiyo, la kufanya ni lipi?"

Daktari aliyekuwa kimya muda mwingi akachangia, "Nadhani hatuna la kufanya kwa sasa, zaidi ya kupeleka sampuli hii katika Shirika la Afya Duniani, *WHO*, ili nao wathibitishe juu ya kitu hiki ambacho kimeingia katika soko la maradhi ya hatari."

Waliafikiana naye.

Muda mfupi baadaye sampuli hiyo ilikuwa ndani ya kasha maalumu la DHL ikielekea Jeneva, Uswizi.

Saa ishirini na nne zilizofuata tayari Shirika la Afya lilirejesha majibu, likionyesha kushtushwa kwake na 'ugonjwa huo mpya' ambao haukuwemo katika kumbukumbu zao na ambao, 'kwa vyovyote vile tiba yake ingekuwa ngumu kutokana na kasi yake ya maambukizi.'

Madaktari bingwa waliitana tena kwa faragha na kulitafakari jibu la WHO.

"Kwa hiyo, tufanye lipi?" Mmoja wao aliuliza tena. "Tuitangazie nchi na dunia ili watu wajihadhari?"

Wenzake wawili watatu walimpinga harakaharaka. "Hilo hatuwezi kufanya. Litaleta hofu kubwa miongoni mwa wananchi," mmoja wao alisema.

"Halafu, maadam hatujajua chanzo, tutakuwa hatujasaidia chochote."

"Zaidi ya hayo, kazi yetu ni kutunza siri, sio kuzitoa."

"Una maana hata Waziri wa Afya tusimwambie?" Msemaji wa awali alihoji tena.

"Atatusaidia lipi kwa hili?" Mwenzake alimhoji "Yeye ni mwanasiasa, si mtaalamu. Ataishia kupiga kelele majukwaani."

Msemaji wa awali alikuwa hajaridhika, akasema, "Jamani, mnataka kuniambia tumfiche hata Rais wa Jamhuri ya Tanzania taarifa hizi?"

Kila mmoja alimtumbulia macho. Hakuna aliyemjibu.

Sura ya Kwanza

HILI lilianza kama tamthilia, tena tamthilia yenyewe nyepesi tu, ya mapenzi. Kama waigizaji katika tamthilia hiyo, si Joram Kiango kwa upande mmoja; wala msichana huyu, kwa upande wa pili, alipata angalao kuhisi tu kuwa mwanzo wa tamthilia hiyo ulikuwa sawa na kuanza kwa mkasa mzito kama mkondo wa mto unaopita katika majanga ya nchi yenye kila aina ya ukatili na unyama usiomithilika.

Dar es Salaam ikiwa imefurika wasichana warembo kupindukia, wengi wao wakiwa wameuongeza urembo wao wa asili maradufu kwa vipodozi lukuki vilivyofurika madukani, msichana huyu, machoni mwa Joram alikuwa wa kawaida kabisa. Hata hivyo, baada ya kumtazama kwa makini zaidi alibaini kuwa alikuwa na ziada moja juu ya urembo wake. Si ile ngozi yake ya maji ya kunde, la hasha. Ilikuwa ngozi ya kawaida ingawa weusi wake uliifanya imeremete na kushawishi kuigusa. Si lile tabasamu lake la mara kwa mara. Hilo pia ni jambo la kawaida katika nyuso za wasichana wa kileo na lingeweza kununuliwa kwa fedha tu iwapo mwenyewe angejali kujiunga na chuo kimojawapo cha usanii na kuhitimu. Hali kadhalika, ziada hii haikutokana na macho yake maangavu, pua yake iliyochonga; wala meno yake meupe yaliyojipanga kikamilifu kinywani mwake kama mistari miwili ya punje za mahindi kwenye kibunzi.

Alikuwa na ziada! Lakini ziada hii ilikuwa ipi? Joram alijiuliza akimtazama kwa hila mrembo huyo aliyeketi kando. Macho yao yakagongana. Yale ya msichana yalihimili kwa sekunde moja dhidi ya yale ya Joram, sekunde ya pili yakawa yameangukia chini huku lile tabasamu lake likigeuka kuwa katika sura nyingine. Ni hapo Joram alipoibaini ile ziada iliyomvuta katika sura na umbile la msichana huyo.

Haya!

Alikuwa msichana mwenye haya! Mmoja kati ya wasichana wachache kabisa duniani waliobakia na haya. Wengi wao, tangu walipoanza kuvaa suruali kama wanaume, huku wakienda kazini na kurudi jioni kama wanaume, kile kirusi kinachoitwa 'haya' kilitoroka zama za kale katika maumbile yao na, kuwaacha wakavu kama wanaume.

Akiwa amevutwa na hilo, kwa mara ya kwanza Joram Kiango alijikuta akimtilia maanani na kuamua kumsikiliza, badala ya kuishia kumsikia tu.

"Umesema unaitwa nani bibie?" Alimuuliza.

"Mona."

"Mono?"

"Mona Lisa."

Joram alipata kuziona mara nyingi nakala za ule mchoro maarufu duniani wa Mona Lisa. Aidha, aliwahi kuiona nakala halisi ya mchoro huo katika jumba moja la kumbukumbu za sanaa nchini Ufaransa. Mchoro huo ulichorwa na msanii maarufu aliyeishi mwaka 1452 hadi 1519 huko Italia, Leonardo da Vinci, akimwigiza mrembo huyo Mona, aliyezaliwa kati ya mwaka 1503 na 1506; mchoro ambao mtu mmoja, Vincenzo Peruggia aliwahi kuuiba kutoka katika jumba hilo na kuuficha kwa kuamini kuwa ulikuwa umeibiwa na Napoleon wakati wa vita vilivyoifanya Ufaransa iitawale Italia kwa muda mrefu. Lakini mchoro huo ukakamatwa na kurejeshwa tena Ufaransa mwaka 1913, baada ya kibaka huyo kujaribu kuuza.

Aliyempatia msichana huyo jina hilo hakubahatisha. Isipokuwa kwa tofauti ya rangi, Mona huyu akiwa maji ya kunde, yule wa historia akiwa mweupe, vinginevyo walikuwa mtu na dada yake.

"Jina lako halisi hilo!" Alimuuliza kwa mshangao.

"Nadhani," alijibu kwa sauti yake ile ile, laini inayobembeleza, sauti iliyofuatiwa na tabasamu la pekee; Tabasamu la Mona *Lisa*.

"Unadhani? Huna hakika? Kwa nini?"

"Nadhani! Kwa kuwa nimejikuta naitwa Mona Lisa. Hata cheti changu cha kuzaliwa kimeandikwa hivyo."

Joram alimtazama kwa makini zaidi. Mara akaanza kubaini mengine katika umbile la msichana huyu ambayo pia yalikuwa na ziada. Kwa mfano, alibaini kuwa nywele zake fupi zilikuwa asilia, hazikupata kuwekewa aina yoyote ya dawa ili kuzipa mvuto uliokuwa nazo. Hali kadhalika, ngozi yake pia haikupata kuathiriwa na yale madawa ya kileo, yanayowababaisha wasichana wengi kwa faraja ya muda mfupi na athari za maisha. Huyu alikuwa kama alivyozaliwa. Sifa zake hizo zikiwa zimepambwa kwa mavazi yenye heshima, sketi ndefu iliyovuka magoti na blauzi nyepesi iliyokifanya kifua chake kitoe picha ya uhai wa matiti yake.

"Utanisaidia?" Msichana huyo alimzindua Joram baada ya kumwona kamtumbulia macho, kimya, kama anayetafakari jambo ambalo binti huyo hakulielewa.

"Hivi ulisema unachohitaji kwangu ni nini vile?" Joram alimuuliza.

Msichana akaangua kicheko. "Acha mzaha, Joram. Unajua, kukupata leo peke yake ni bahati ya pekee? Nimekutafuta wiki mbili katika hoteli zote na mabaa yote ya jiji hili. Leo imetokea kama ndoto!"

Hilo lilikuwa jingine ambalo Joram aliishangaa akili yake kwa kutolitafakari mapema. Msichana huyu amewezaje kumpata katika hoteli hii ambayo si kila mtu anafahamu kuwa hupenda kuitumia?

'Comfort Hotel' moja kati ya hoteli mpya zinazojengwa kwa fujo katika ufuko wa bahari ya Hindi, ilimvuta Joram Kiango kwa upya wake. Toka alipoamua kukaa kimya, baada ya kutoridhika na tamati ya mambo katika mkasa ulioandikiwa kitabu na kuitwa *Nyuma ya Mapazia* Joram alijikuta hana raha. Ndiyo, King Halfan alifanikiwa kuponyoka kutoka katika mikono ya yule muuaji hatari, Marlone, na kufanikisha taarifa za mauaji ya kutisha yaliyoandaliwa kufanyika kwenye ule mdahalo wa kihistoria wa kumtafuta rais anayefaa zaidi kuiongoza Tanzania; bado mwisho ule haukumridhisha kabisa Joram. Kutoweka kwa Marlone kabla ya yeye kumtia risasi ya kichwa kulimsononesha sana na ukimya wake hadi sasa ulimkosesha kabisa usingizi.

Wapambe wake jijini London walikuwa wamedokeza juu ya 'ajali ya kamera' katika uwanja wa Heathrow, ajali ambayo baadaye hisia zilielekeza kuwa iliandaliwa itokee katika hoteli ya Kilimanjaro, kwenye mdahalo. Lakini Mungu akaingilia kati na kuiepusha. Hata hivyo, aliyeyaandaa mauaji hayo alitoweka kama tone la maji baharini, pasi ya kuacha alama yoyote ya kuwepo kwake. Kwa Joram Kiango hilo lilikuwa sawa na bomu lililo hai, ambalo wakati wowote lingeweza kulipuka na kusababisha maafa ya kutisha.

Kutokana na hisia kuwa kwa namna moja au nyingine alikuwa ameshindwa kutimiza wajibu wake, ndipo Joram Kiango alipoamua kuingia gizani kwa kujiepusha na vikao vyake vya kawaida, ikiwa pamoja na kumwepuka msaidizi wake mkuu, Nuru, na badala yake kuamua kujichimbia hapa na pale; mara kwa mara katika hoteli hii, ambayo kama wapo watu waliomfahamu kwa jina lake halisi ni wachache sana.

"Utanisaidia?" Mona Lisa alimzindua tena Joram.

Joram akamtazama kisha akamuuliza, "Hebu niambie Mona, umejuaje kama napatikana hapa?"

"Ni hadithi ndefu. La msingi ni wewe uelewe tu kuwa nimekuja hapa Dar kutoka Arusha kwa ajili yako. Na kwamba nimekutafuta kwa wiki mbili kamili kabla ya bahati kunitokea leo." Mona alisita na kumtazama Joram. "Tafadhali niambie kama utanisaidia," akasema kwa msisitizo.

Joram alimtazama. Macho yake yakagongana tena na yale laini, yanayobembeleza, ya Mona Lisa, macho ambayo si kwamba yanabembeleza tu, bali pia yanashawishi na kushurutisha.

"Tutaangalia uwezekano," alimjibu.

Mona akatoa tabasamu la shukrani. "Lini? Leo?"

"Hata sasa hivi. Kuna ubaya gani?" Lilikuwa jibu la Joram.

"Hapana. Labda jioni, nina disketi tu. Hatuna kompyuta. Lakini hoteli niliyofikia ina chumba cha kompyuta za kukodi. Naweza kwenda kuchapisha nakala na kuja nayo jioni. Utakuwepo?"

Ndio kwanza Joram akakumbuka msichana huyo alihitaji msaada gani kutoka kwake. Alikuwa ameandika riwaya ya upelelezi. Tayari ilipitiwa na waharari kadhaa ambao walimhakikishia kuwa ilikuwa riwaya nzuri sana. Hata hivyo, alisita kuipeleka kwa wachapishaji hadi hapo itapopitiwa na mpelelezi mashuhuri, kama Joram Kiango, ambaye ana uwezo wa kudodosa kasoro zinazoweza kukifanya kisifikie kiwango kinachohitajika.

"Lakini mimi sio mwandishi wala mhariri. Bado sijui ninaweza kukusaidia kwa namna gani," Joram alionya.

"Sihitaji msaada wa ajabu, Joram. Ukikitazama tu utaona kama kinafaa au la. Kama hakifai..."

"Sitasita kukueleza," Joram alimalizia.

"Usisite, tafadhali. Naomba uniruhusu nikapige chapa ili nikuletee jioni," Mona aliomba huku akiinuka.

"Kuna ubaya gani?" Joram alimjibu na kuongeza, "Nitatoka na kurudi hapa saa moja na robo usiku. Saa tatu kamili nina miadi mahala pengine. Nadhani muda wa saa moja unatosha kuutazama mswada wako na kutoa maoni yangu ambayo naamini hayatakusaidia sana."

"Mie naamini yatanisaidia sana," Mona Lisa alisema hali akiinuka na kuondoka.

* * *

Ndiyo, kwa kila hali alikuwa msichana wa kawaida. Macho yake yenye haya yasingekuwa na uwezo wa kuficha chochote ambacho angependa kuficha bila ya Joram Kiango kumshuku. Hata hivyo, hilo halikuondoa ule u-Joram Kiango katika fikra za Joram Kiango. Si wahenga walisema kuwa tabia haina dawa? Ni tabia hiyo, au 'u-Joram' huo uliomfanya Joram kupitia katika kioo cha moja ya madirisha ya hoteli hiyo amchunguze msichana huyo alipotoka hotelini, alivyotembea kwa mwendo wake wa kusisimua, hadi alipoifikia teksi iliyomleta hotelini hapo. Mara tu gari hilo lilipoondoka, Joram naye alitoka nje ya hoteli na kuliendea gari lake la kukodi, akaliwasha na kulielekeza mjini, akilifuata gari la Mona Lisa.

Aliiacha njia ya kutokea hotelini na kuingia barabara ya Bagamoyo. Gari moja, *Toyota Hilux* lililokuwa likiendeshwa kasi bila sababu za msingi lilimpita kwa kasi na kumtenganisha na lile la Mona Lisa. Jambo hilo lilimfurahisha Joram.

Hakutaka Mona amwone au kuhisi kuwa anafuatwa au kuchungwa.

Waliiacha Tegeta, wakaingia Kunduchi, Mbezi na, hatimaye, Tangi Bovu. Walipoingia Mwenge, tayari yalikuwepo magari matano baina yake na lile la Mona Lisa. Mawili kati ya hayo yakiwa daladala, moja likiwa gari la abiria na mawili yaliyosalia yakiwa magari madogo.

Umbali huo baina yake na gari la Mona haukumsumbua hata kidogo. Alikwishazisoma namba za gari hilo. Hali kadhalika, aliweza kuona vizuri hatua zote ambazo dereva wa gari hilo alikuwa akichukua, kama kusimama, kulipita gari lingine au kupinda kona kabla ya dereva huyo kufanya hivyo.

Pengine kilichokuwa kikimsumbua Joram Kiango wakati huo ni hatua yake hii ya kumfuatilia msichana mpole kama huyo. Mona Lisa hakuonekana kuwa na madhara ya aina yoyote. Zaidi, alikuwa ameahidi kurejea hotelini hapo jioni hiyo akiwa na mswada wa riwaya yake ya upelelezi aliyoiandika. Ya nini kumfuatilia hadi huku? Joram alijiuliza. Alijicheka kimoyomoyo alipokumbuka usemi wa mwanamke mmoja wa Kingereza; *Never Marry a Cop.* Usilogwe kuolewa na polisi kwani akikosa mtu wa kumshuku kwa uhalifu ataanza kukushuku hata wewe mwenyewe!

Wakati huo walikuwa wakiimalizia barabara ya Ally Hassan Mwinyi. Gari la Mona Lisa lilipoonyesha ishara ya kuingia kushoto, kuifuata Barabara ya Maktaba. Joram naye alihamia kushoto na kuifuata barabara hiyo. Waliifuata moja kwa moja kuelekea baharini. Gari la Mona Lisa lilipoonyesha ishara ya kuingia hoteli ya *New Africa,* Joram, ambaye alikuwa magari manne nyuma, alipinda kushoto kuifuata Barabara ya Samora hadi mbele ya ukumbi wa MAELEZO ambapo alisimama na kupaki.

Kabla hajashuka alifunua kiti cha abiria na kutoa miwani yake mieusi, kofia pana ya *Cowboy* na ndevu zake za bandia ambazo alizivaa mara moja. Huku akizidi kujishangaa kwa hatua zote hizo alijipapasa katika sehemu yake ya siri ambapo huficha bastola yake, na baadaye kuanza safari yake fupi ya mguu kuiendea hoteli ya *New Africa.*

Mbele ya lango kuu la hoteli, Joram alimpita Mona Lisa ambaye alikuwa akibishana jambo na dereva wake. Baadaye, alimsikia akimwambia 'Nisubiri, na kuingia ndani. Kama ambavyo Joram alitegemea, msichana huyo hakuonyesha dalili yoyote ya kumjua. Badala yake alimpita baada ya kumtupia 'shikamoo' ambayo Joram aliitika kwa kutikisa kichwa. Alitembea mwendo wa haraka hadi kaunta ambako aliomba kadi ya kompyuta ya kufungulia mlango wa chumba chake na kisha kuiendea lifti.

Hotelini humo Joram aliuelekea ukumbi wa baa. Aliagiza toti mbili za *John Walker* ambazo alizinywa kavukavu kwa mikupuo mitatu na kuzisindikiza kwa sigara moja ya *Embassy* ambayo aliivuta nusu, akaizima na kuitumbukiza katika kasha la taka.

Huku akiwa na hakika kuwa hakuna mtu yeyote anayemtazama zaidi ya mtazamo wa kawaida, alitoka katika ukumbi huo na kuiendea lifti. Ilikuwa chini kama inayomsubiri. Aliingia na kubonyeza tufe la ghorofa ya tano. Aliutumia upweke katika lifti hiyo kubandua ndevu zake za bandia na kuivua miwani yake mieusi na kufutika vitu hivyo katika moja ya mifuko yake ya koti. Aliyesimama hapo mbele ya chumba namba 512, alikuwa Joram Kiango yuleyule ambaye Mona Lisa alimwacha kule *Comfort Hotel* dakika arobaini zilizopita. Mkono wake wa kulia ulikuwa ukigonga mlango taratibu hadi ulipofunguka na uso mzuri wa msichana huyo kuchungulia.

"Joram!" Mona Lisa alitamka kwa mshangao. "Siamini macho yangu!"

"Shauri yako. Ni macho yako mwenyewe. Ukiyaamini sawa, usipoyaamini sawa," Joram alimtania akitabasamu. "Nakaribishwa nyumba hii au sitakiwi?"

"Lakini si nimekuacha ufukweni muda mfupi uliopita?" Mona Lisa alizidi kusaili.

"Si tulikuwa wote?" Joram alimhoji.

"Mimi nilikuja kwa gari."

"Mimi nimekuja kwa helikopta," Joram alizidi kumtania.

"Nakaribishwa humu ndani?"

Mona Lisa alimpisha kuingia. "Karibu sana. Keti tafadhali," alimhimiza. Hata hivyo bado ilikuwa dhahiri kuwa ujio huo wa Joram ulikuwa umemshangaza sana. "Sikujua kuwa siku hizi Dar mnazo helikopta za kukodi," alichokoza mara baada ya Joram kuketi kwenye kochi.

"Zipo, ingawa hazionekani kwa macho ya kawaida," Joram aliongeza mzaha. "Bibi yangu alinifundisha namna ya kuruka kwa ungo." Alipoona msichana huyo akizidi kuduwaa Joram aliamua kumtoa wasiwasi kwa kumweleza, "Usijali mpenzi. Mimi ni mtu wa utani kila wakati. Unajua sikuwahi kupata mapenzi ya bibi wala babu? Unajua sina binamu? Hivyo, napenda kulazimisha utani kwa kila mtu. Kwa kweli, nimekuja hapa kwa gari kama wewe. Kilichonileta ni hiki!" Alitia mkono wake katika mfuko wa koti na kuutoa ukiwa umeshikilia pochi. "Uliisahau pochi yako. Nikaona nikodi gari kukufuata kwa kuhofia kuwa ungepata shida ya kumlipa dereva wako na mahitaji mengine. Ndipo nikakodi gari kukufuata. Kwa bahati mbaya dereva wangu aliendesha gari kwa mwendo wa kinyonga. Wakati nafika hapa niliambulia kukuona ukiingia katika lifti. Nikaulizia namba ya chumba chako mapokezi na kukufuata.

Mona aliipokea pochi hiyo kwa furaha. "Loo, maskini! Pole sana. Kumbe niliisahau kwako!"

Laiti angejua kuwa Joram alikuwa *ameisogeza* ili apate chochote ambacho angehitaji kupata juu ya msichana huyo! Kwa bahati mbaya hakuambulia chochote zaidi ya kukuta noti za elfu kumi kumi zisizopungua ishirini. Hakukuta kielelezo wala kitambulisho chochote, jambo lililopelekea kujiri kwa safari yake hadi chumbani humu.

"Karibu sana... Jisikie nyumbani," Mona alimkaribisha tena Joram Kiango, "Sijui nikupe kinywaji gani?" Aliuliza.

Joram alichagua *John Walker*, kavu. Mona alimsogezea chupa nzima na glasi na kuviweka juu ya kijimeza cha kioo kilichokuwa mbele ya kochi alilolikalia Joram. "Tafadhali, jihudumie. Natoka mara moja kumtoa dereva wangu. Nadhani kwa sasa atakuwa na wasiwasi kuwa nimemwingiza mjini," alisema akiichukua pochi yake na kuelekea mlangoni.

"Take your time... Mie niko nyumbani hapa," Joram alisema akijiweka katika mkao wa kunywa. Aliifungua chupa hiyo iliyojaa pomoni na kumimina nusu ya glasi ambayo aliitia mdomoni. Mara tu Mona alipotoka nje ya chumba hicho na kufunga mlango nyuma yake, macho ya Joram yaliingia kazini. Alichunguza uvunguni, nyuma ya kabati, paa na kila uchochoro wa chumba hicho. Alitupa macho paani na sakafuni. Macho hayo yenye uzoefu hayakumfanya ashuku chochote. Kwa kila hali kilionekana chumba cha kawaida, chenye kila hadhi ya chumba cha hoteli ya kisasa. Mlango wa maliwatoni uliokuwa wazi nusu ulimwonyesha marumaru ya kung'ara iliyofunika sakafu na ukuta mzima, huku masinki ya choo, ya kunawia na kuogea, yaking'ara kwa usafi. Kitanda futi sita kwa sita kilifunikwa vizuri kwa shuka nzito ya mauamaua. Kando ya kitanda hicho ilikuwapo televisheni ndogo, friji na rafu ya vitabu. Juu ya kitanda kulikuwa na mashine ya hewa

ambayo iliendelea kusambaza hewa safi chumbani humo. Meza ya pili chumbani humo ilibeba kompyuta, mashine ya kupiga chapa na begi la nguo.

Kwa kila hali, kilikuwa chumba cha kawaida, kama ambavyo msichana aliyekikodi alivyokuwa wa kawaida. 'Tulia Joram!' Akili yake ilimwambia. Si kila wakati ni wakati wa hatari. Sio kweli kuwa kila chui huvaa ngozi ya kondoo! Mona Lisa ni msichana wa kawaida kabisa. Anahitaji ushauri tu katika riwaya yake ya upelelezi.

Hata hivyo, zile hisia za u-Joram Kiango ziliendelea kumpigia kengele za kuwa makini na msichana huyu; 'Yote yang'aayo si dhahabu,' nafsi yake nyingine ilimnong'oneza.

"Mbona hunywi?" Mona, ambaye aliingia chumbani humo kimyakimya, alimzindua Joram.

Joram alitabasamu "Kinywaji cha upweke kamwe hakipandi, mpenzi. Ungekuwa chumbani humu, macho hayo mazuri yakiendelea kuniloga, chupa hili lingekuwa limekauka kitambo," alisema kwa utani.

Kauli hiyo ilimfanya Mona Lisa aangue kicheko. "Kweli hukupata mapenzi ya bibi," baadaye alisema. Akaketi na kujimiminia toti mbili za pombe hiyo kali na nusu glasi ya soda ya maji. "Unalazimisha utani hata pale ambapo haupo! Nina nini mie hata kuwepo kwangu kukufanye unywe mzinga mzima kama huo!"

"Hujui una nini!" Joram alimjibu, kauli ambayo ilimfanya Mona Lisa azidi kucheka huku haya zake zikianza kumrudia. Shingo yake ndefu aliilaza upande kidogo, macho yake kiasi yalilainika huku vidole vikiitua glasi ya kinywaji chake na kuanza kutekenyana.

Ilikuwa picha ya kusisimua, picha ya kuvutia, picha ambayo, kwa muda ilifanya fikra za Joram zichukue likizo na nafasi yake kuchukuliwa na hisia za ajabu, hisia za kimaumbile zilizomfanya Joram Kiango awaze; faraja ilioje kumkumbatia msichana huyo akiwa kama alivyozaliwa! Fahari ilioje kukumbatiwa na mikono hiyo laini! Hadhi ilioje kumbusu mrembo kama huyu!

Mara Joram akainuka.

Mona Lisa akazinduka," "Vipi, mbona umeinuka?" alimuuliza kwa mshangao.

"Nadhani ni wakati mwafaka wa kuondoka."

"Kwa nini? Nilidhani kwa kuwa uko hapa ningefungua kompyuta na kuchapa sura mbili tatu za kitabu changu ili uziangalie," Mona aliongeza.

"Hata mimi ningependa iwe hivyo," Joram alimjibu. "Kwa bahati mbaya haiwezekani."

"Kwa nini?"

"Unamfahamu mtu anayeitwa Mike Tyson?"

"Kama ni yule bondia, Mmarekani mweusi, nadhani namfahamu." Mona Lisa alimjibu, kiasi akionyesha mshangao.

"Unafahamu kuwa aliwahi kufungwa?"

"Nafahamu. Alibaka," Mona alijibu kwa haya kidogo.

"Nani anafahamu kuwa alibaka?" Joram alihoji. "Kinachofahamika ni kuwa alimkaribisha msichana mrembo chumbani kwake hadi kesho yake. Siku mbili baadaye msichana huyo alidai kuwa amebakwa. Tyson akaenda jela."

Mona Lisa alimkazia Joram macho. Kiasi fulani hasira na mshangao vilijitokeza katika macho hayo, ingawa sauti yake ilikuwa ileile iliyojaa upole, "Sijakuelewa, Joram. Una maana kuwa mimi pia naweza kukugeuka kuwa ume... umenibaka!"

Joram akatabasamu kumtoa wasiwasi. "Ninachojaribu kusema hapa," alimwambia. "Ni kile ambacho watu wengi hapa nchini hawajakitia akilini. Kuwa bunge letu limeshapitisha sheria kama ile ile iliyomfanya mbabe Mike Tyson asote gerezani kwa muda mrefu. Mimi ni mtu mwenye maadui wengi katika nchi hii. Na nimejikaribisha mwenyewe chumbani humu. Chochote kinaweza kutokea.

Joram alipomwona Mona Lisa bado kaduwaa, aliongeza harakaharaka, "Isitoshe, nina miadi na msichana mrembo sana jioni hii hotelini kwangu."

"Msichana gani tena huyo?" Mona Lisa aliuliza.

"Anaitwa Mona Lisa. Kwani hutakuja?"

Mona Lisa aliangua kicheko. Bila kutegemea alijikuta akimkumbatia Joram, ambaye, yeye pia bila hiari yake, alijikuta akimbusu.

Mona aliupokea ulimi wa Joram. "Ni-ta-ku-ja!" Alinong'ona kwa taabu.

Sura ya Pili

❦ ⟨ ⟨ • • ⟩ ⟩ ❦

UBONGO WA MWALIMU NYERERE! Joram alisoma kwa sauti maneno hayo na kuachia tabasamu jepesi. Aliinua uso wake kumtazama Mona Lisa ambaye aliketi kimya, upande wa pili wa kijimeza kilichowatenganisha, macho yake yakimtazama Joram kwa shauku.

"Hili ndio jina la kitabu chako?" Joram alimuuliza.

"Ndiyo. Jina la awali... Kama kitafaa na kama kitapata mchapishaji, nadhani kwa kawaida atakuwa na uhuru wa kuchagua jina linalofaa zaidi," Mona alieleza.

Joram akatabasamu tena kabla ya kuongeza, "Sijasema kuwa halifai. Naliona kama jina kali na zito sana kwa riwaya ya kwanza kwa mwandishi. Lakini... ni riwaya yenyewe itakayoafikiana au kutofautiana na jina..." Akawasha sigara nyingine. Kabla ya kuivuta alimeza fundo moja la wiski yake, ambayo kama kawaida aliinywa kavukavu. Kisha, akameza fundo la moshi na kuuhifadhi katika mapafu yake kwa muda wa robo dakika hivi kabla ya kuupeperusha angani, taratibu, huku macho yake yakiwa tayari yamezama na kupotelea katika msitu wa maandishi yaliyolala juu ya mapaja yake.

Ni usiku. Usiku wa manane. Isipokuwa kwa milio ya magari, migurumo ya ndege angani na mashine za kurekebisha hewa, jiji la London lilikuwa kimya, kama lililokufa. Kama taa za barabarani zisingekuwa ziking'ara, kama ilivyo kawaida, tungeweza kusema kuwa mji huu maarufu duniani ulikuwa kuzimu.

Kama ilivyo tabia ya maumbile, utulivu huu uliwahusu hawa, uliwasahau wale. Katika jengo moja kongwe jijini humo, lililoihifadhi hospitali maarufu ya St. Thomas, watu mbalimbali walikuwa wakitaabika. Wako waliokuwa wakitaabika kwa mateso ya maradhi, wako pia waliokuwa wakitaabika kwa kuhangaikia wagonjwa wao. Madaktari, manesi na wataalamu mbalimbali wa uhai wa binadamu pia walikuwa katika hekaheka kubwa.

Wengi kati ya hawa, hali haikuwaruhusu kujua kama huo ulikuwa usiku wa manane au mchana.

Miongoni mwao alikuwamo mgonjwa mmoja mashuhuri, Julius Nyerere. Alikuwa amelala kwa utulivu baada ya kuteseka sana. Saratani ya damu, iliyomvamia ghafla, ilikuwa imemtesa sana toka kijijini kwake Butiama, jijini Dar es Salaam hadi hapa Uingereza. Maradhi haya yalikataa kuitii kila aina ya dawa yaliyopatiwa. Yalikataa kuwaheshimu madaktari bingwa waliokesha usiku na mchana kumsaidia. Yalikataa kusikia maombi na kilio cha maelfu ya Watanzania waliomtakia kila la heri. Yalikataa katakata, angalao kuitii mizimu ya Wazanaki, ambayo Mwalimu hakuwahi kuipuuza.

Na sasa Mwalimu alilala kwa utulivu katika chumba cha wagonjwa mahututi, mabingwa wa maradhi hayo duniani wakiendelea kukuna vichwa vyao na kupekua tena na tena kamusi na misahafu ya taaluma zao...

Joram aliinua uso na kumtazama Mona Lisa usoni. Msichana huyo, ambaye alikuwa akimtazama Joram kwa makini pindi akiyasoma maandishi yake aliyakwepa macho ya Joram Kiango kwa aibu. Badala yake alichukua glasi ya mvinyo aliokuwa akinywa na kumeza mafunda mawili matatu.

"Umeandika wewe, riwaya hii?" Joram aliuliza taratibu.

"Ndiyo... Kwani inafaa?" Aliuliza kwa sauti ya juu kidogo.

Joram akacheka. "Huko hatujafika," alimjibu. "Niambie jambo moja! Ulikuwa London wakati wa maradhi ya Mwalimu Nyerere?"

"Ndiyo na hapana," Mona Lisa alijibu.

"Una maana gani?"

"Maana yangu ni kuwa, kweli nimewahi kufika London. Na nilifika huko wakati wa maradhi ya Mwalimu Nyerere. Lakini pia sio kweli kwa maana unayofikiria wewe. Sikufika St. Thomas wakati Mwalimu akiwa amelazwa pale. Sikuhusika kwa namna yoyote na matibabu yake. Nilichoandika hapo ni utunzi wa kawaida kabisa, kwa lengo la kumuenzi kisanii."

Joram alimeza funda jingine la wiski. Akawasha sigara nyingine. Kisha, akazama tena katika mswada huo ambao haikuwa siri tena kuwa ulianza kumvutia;

... Wakati Mwalimu akipambana kiume na maumivu hayo, pale nje, katika chumba cha mapumziko, kundi jingine dogo lilikuwa likipambana na mengi. Kundi hili lilijumuisha wapenzi na waumini wa Mwalimu.

Alikuwapo Mama Maria, siku ya tatu hajapata usingizi. Moyo wake uligubikwa na huzuni huku macho yake yakishindwa kuhimili machozi ambayo yalimtoka mara kwa mara. Kando ya Mama Maria binti yake ... alitulia kimya, macho kayafumba akihesabu rozari. Ingawa sauti ilikuwa haitoki bado midomo yake iliashiria kuwa alikuwa katika sala ndefu, sala iliyoanzia Butiama, akaendelea nayo hadi Dar es Salaam; akaruka nayo Bahari ya Atlantic na sasa anaendelea nayo katikati ya jiji la London.

Pembeni, juu ya kochi, alikuwepo Makongoro Nyerere na Mzee Kingunge Ngombale Mwiru. Walikuwa wakinong'ona kwa sauti ndogo; Makongoro, kiko akiwa amekisahau, Mzee Kingunge makeke yakiwa yamemtoka.

Hawa, pamoja na baadhi ya Watanzania waishio London, walijumuika katika mkesha huo, macho yao yakiwa yameelekezwa mlangoni, kumsubiri daktari kwa shauku kubwa.

"Weitaa!" Joram aliita bila kuinua uso wake toka kwenye maandishi hayo. Kinywaji chake kilikuwa kimekwisha.

Alimwelekeza mhudumu huyo kumletea kinywaji kingine kwa mkono, bila kutoa sauti.

Macho yake yalihama kutoka kwenye mswada huo pale tu alipoyainua kumtazama Mona Lisa, ambaye alitabasamu pia kwa aibu. Akayarejesha kwenye maandishi na kuendelea.

Nusu kilomita tu toka hospitalini hapo, katika mojawapo ya hoteli za Sheraton zilizotapakaa jijini humo, kundi jingine dogo lilijifungia katika chumba mahususi likijadili hatima ya Mwalimu. Hili lilikuwa kundi la wataalamu waliobobea katika fani mbalimbali. Mmoja wao alikuwa mtu mfupi, mnene mwenye kipara kilichong'ara kana kwamba hakuwahi kuota nywele tangu utotoni. Kati ya kundi hili la watu wanne kati yao hakuna aliyemfahamu kwa jina. Walichofahamu ni kuwa alikuwa ameingia jijini humo usiku huo huo kwa ndege ya jeshi la anga la Marekani. Alijitambulisha kwa jina moja, Ignatius, ambalo lina asili ya Kigiriki kwa maana ya kitu kama moto au joto. Lakini kila mmoja alijua kuwa lilikuwa jina la bandia. Alijitambulisha pia kuwa alikuwa na ujumbe mahususi kutoka kwa serikali ya Marekani, ingawa kila mmoja alihisi kuwa alikuwa mjumbe wa CIA.

Mwingine katika kundi hilo alikuwa daktari bingwa wa upasuaji wa vichwa na ubongo, Dkt. Brown Abraham. Katika dunia ya wanataaluma mabingwa wa upasuaji hakuna ambaye hakupata kumfahamu, sifa ambayo iliongezeka maradufu pale alipofanikiwa kuhamisha ubongo wa binadamu na kuupandikiza katika kichwa cha kondoo na ule wa kondoo akauweka kwa binadamu. Viumbe hao waliishi kwa saa ishirini na nne kabla ya kufa. Hata hivyo, inaaminika kuwa waliuawa na wanataaluma wenzao ili kuepusha kasheshe ambayo ingeweza kutokea. Dkt. Abraham mwenyewe aliadhibiwa kwa kupokonywa leseni yake kwa kipindi chote cha uhai wake. Hata hivyo, hatua hiyo haikufanya wanataaluma waliomheshimu wasite kumtumia kwa siri kila walipokwama...

Kinywaji cha Joram kikafika. Akainua glasi na kumeza funda la pili. Akawasha sigara nyingine na kupeperusha moshi angani. Akageuka kumtazama Mona Lisa. Macho yao hayakugongana. Mona Lisa alikuwa amegeuka akimtazama mlevi mmoja ambaye alikuwa ameiacha meza yake na kusimama katikati ya uwanja akicheza kwa kasi kuliko muziki wenyewe ulivyoashiria.

Mono Lisa alicheka. Joram akatabasamu. Akarejea kwenye riwaya yake.

... *Mwingine chumbani humo, ambaye hasa alichukua nafasi ya uenyeji alijitambulisha kama mtumishi wa ubalozi wa Marekani nchini humo, ingawa wajihi wake ulimweka miongoni mwa wale maafisa wa ubalozi wenye nyadhifa za ziada. Kwa mfano, ni yeye aliyetuma tiketi ya ndege na fedha zilizomwezesha Dkt. Abraham kuwa hapa leo kutoka Afrika Kusini alikokwenda kwa mapumziko. Ni yeye pia aliyekodi chumba hiki na kufanikisha kikao hiki. Yeye, kwa mujibu wa kadi yake, alitajwa kama Thomas Mc Bain, mwambata wa utamaduni.*

Mtu wa nne na wa mwisho katika hafla hii alitajwa kama Dkt. Fabian Winston, bingwa katika matibabu ya kansa ya damu katika hospitali ya St. Thomas jijini humo.

"Ninachotaka kufahamu kabla ya yote," Ignatius alikuwa akisema. "Ni iwapo, kwa utaalamu wako Dkt. Winston, ipo nafasi yoyote ya Julius Nyerere kupona."

"Kwa hatua aliyofikia, nafasi ni finyu sana," Dkt. Winston alieleza.

"Na katika hali kama hiyo Dkt. Abraham," Ignatius aliendelea. "Ubongo wake bado uko katika kiwango chake kwa asilimia mia moja?"

Dkt. Winston alikuwa na tabia ya kukohoa na kisha kukuna kichwa kabla hajaingia katika uchambuzi wa kitaaluma. Alifanya hivyo. "Hakuna binadamu ambaye ubongo wake uko asilimia

mia moja, Bw. Ignatius, awe mzima au awe mgonjwa. Katika hatua hii, ninachoweza kusema ni kuwa hakuna namna yoyote ambayo inaweza kufanya virusi vya kansa ya damu vishambulie ubongo wake. Taarifa ya kitaalamu aliyoileta Dkt. Winston hapa inaonyesha kuwa ubongo wake haujaathiriwa."

Ignatius alishusha pumzi ya faraja. "Kwa hiyo," baadaye alisema. "Tunaweza kuendelea na mpango wetu bila wasiwasi wowote."

"Unajua, hujatuambia hadi sasa ni mpango gani ulionao ambao umetukutanisha hapa ghafla, katika mazingira ya usiri kama haya," Dkt. Abraham alisema.

"Tunauhitaji ubongo wake, kabla hajafa."

"Ubongo wa Julius Nyerere!" Dkt. Abraham na wengine wote chumbani humo walitokwa na macho ya mshangao.

"Siamini masikio yangu," Dkt. Winston alisema. "Nadhani hujui hospitali ile inavyolindwa! Zaidi, hujui Julius Nyerere anavyolindwa. Si hayo tu, muda wote amezungukwa na madaktari bingwa kutoka pembe zote za dunia. Hapa tunavyoongea wako wenzangu wamekizingira kitanda chake wakimhudumia."

"Tunataka ubongo wake... Kwa bei yoyote ile," Ignatius alisisitiza, akamgeukia Dkt. Abraham, "Kazi hiyo inawezekana?"

"Bila hofu ya ulinzi mkali uliopo, bila vipingamizi vya madaktari wenzangu, manesi na jamaa zake wanaokesha pale usiku na mchana, mimi nahitaji dakika ishirini tu kuhamisha ubongo wake na kuweka..."

Ignatius alimkatiza, "Achana na hofu ya ulinzi uliopo. Sahau madaktari waliomzunguuka. Hayo mwachieni Mc Bain. Anajua la kufanya. Kwa hili hakuna hata kujadili bajeti.

Amepewa uwezo wo kutumia kiasi chochote cha fedha zinazohitajika. Amepewa amri ya kutumia silaha yoyote atakayoona inafaa. Ikibidi, hospitali nzima ipitiwe na usingizi wa pono kwa *hizo dakika unazohitaji kukamilisha kazi yako. Akilazimika kuua kwa hili ruhusa ipo."*

Dkt. Abraham alitokwa tena na macho ya mshangao "Kwa nini mnauhitaji kiasi hicho ubongo wa binadamu wa kawaida?"

Ignatius alitikisa kichwa kwa masikitiko na kusema, "Mie pia natimiza amri niliyopewa. Lakini kwa machache ninayojua juu ya Julius Nyerere hakuwa binadamu wa kawaida. Ubongo wake haukuwa wa kawaida. Fikiria, Mwafrika gani wa kawaida aliyeweza kuiyumbisha CIA, BOSS, MOUSAD na wengineo kwa miaka nenda rudi hadi alipoyaachia madaraka kwa hiari yake? Waulize akina Nkrumah, akina Lumumba, akina Mondlane na wengineo. Waulize kipi kiliwakuta."

Haya, fikiria, Mwafrika gani ameweza kufanya kile ambacho marais watano wa Marekani walishindwa kufanya. Aliweza kumng'oa Idd Amin na kuweka utawala aliotaka nchini Uganda. Sisi Marekani tulishindwa kufanya hivyo Vietnam, Kambodia, Irak, Iran na hata Kongo.

Fikiria alivyoiyumbisha IMF na Benki ya Dunia hata zikashindwa kutekeleza sera zoo katika nchi mbalimbali za Kusini mwa dunia kwa wakati muafaka hadi alipoachia madaraka.

Fikiria alivyoweza kuitawala Tanzania, nchi masikini yenye makabila zaidi ya mia na ishirini na dini mbalimbali kuwa kitu kimoja na kupata hadhi kubwa duniani. La... hakuwa mtu wa kawaida. Na tunauhitaji ubongo wake katika maabara zetu, kwa bei yoyote.

"Mpaka hapa riwaya yako inaonyesha matumaini makubwa," Joram alimwambia Mona Lisa, akiitua mezani na kuanza kushughulikia sigara nyingine. "Ina mvuto na msisimko wa kutosha ingawa sijafahamu dhamira yako kuu. Lakini lazima nikuonye mapema, mimi si mtaalamu wa lugha wala uhakiki. Sitakusaidia sana kwa vitu kama tamathali za semi mfano: takriri, tashbiha, tasifida na kadhalika. Hata hivyo, kwangu mimi imefika mahala ambapo natakiwa nianze kuisoma kwa makini zaidi ili niwe katika nafasi ya kujaribu kutoa ushauri wangu mdogo."

"Naamini hautakuwa mdogo kama unavyofikiria wewe. Kuna mengi humo ndani ambayo ama hayaaminiki ama hayawezekani, ambayo naamini kwa uzoefu wako hutasita kunidokezea ili ama niyarekebishe kama yanarekebishika, au niyatupilie mbali kama hayarekebishiki," Mona alimwambia kwa sauti yake yenye haya.

Joram alimzawadia tabasamu, bila shaka la kumtia moyo. "Sidhani kama suala la kutupa litakuwepo," alimwambia. "Kama kingekuwa kitabu cha kutupwa nisingesoma zaidi ya kurasa mbili. Ningekinai zamani na kukurudishia..."

Mhudumu alitokea na kumwongezea Joram kinywaji. Mona Lisa alikataa kwa maelezo kuwa mvinyo aliokunywa ulikuwa unatosha.

"Nadhani nirudi mjini," alimwambia Joram taratibu.

"Mara hii?" Joram aliuliza. "Una haraka gani, wewe msichana? Unajua nimeanza kukuzoea. Halafu, unajua kuwa hatujafahamiana hata kidogo? Nilidhani tutakaa, tuongee, tule chakula cha usiku pamoja na ikiwezekana tuingie muziki."

Mona aliachilia moja ya zile tabasamu zake za kusisimua, tabasamu ambalo lilimfanya Joram aanze kuujutia mzaha wake. "Nashukuru sana kwa *offer* yako. Ni vile tu sikujiandaa, ningechangamkia. Nitakupitia kesho kutwa nione umefikia wapi kwenye riwaya yangu."

"Kesho kutwa! Kwa nini isiwe kesho!" Joram alisema akiinuka. Akauchukua mkono wa Mona Lisa na kuufinya kidogo, kabla hajaubusu. Kisha, aliutua taratibu huku akisema, "Kumbe! Haya nimeelewa."

"Nini?" Mona Lisa aliuliza kwa mshangao.

"Nimeelewa kwa nini umekataa *offer* yangu ya kuingia muziki."

"Umeelewa nini?"

"Unaogopa!"

"Naogopa nini?"

"Mchumba wako."

Mona Lisa akaangua kicheko. "Mchumba! Mchumba gani? Mie bado niko *single*. Sina mume wala mchumba," alisema.

"Umeanza kuwa mwongo," Joram alimwambia. "Pete hiyo hapo inakusuta. Kama si ya uchumba ni ya ndoa."

Mona alicheka tena. "Watu wengi wanasema hivyo," baadaye alisema. "Kila mtu anadhani hii ni pete ya uchumba. Hii naivaa kama mapambo tu, jamani," alisema akiishikashika.

Joram alionyesha kutomwamini.

"Kama huamini," Mona alisema akiivua. "Nitakuachia uivae hadi kesho kutwa nitakapokuja."

Joram aliipokea na kuitazama. Ilikuwa pete kubwa, iliyotengenezwa kwa mchanganyiko wa madini ya *Tanzanite* na *ruby*. Kwa ndani ilikuwa na kito kinachong'ara, ambacho Joram hakuweza kujua mara moja kama ilikuwa almasi au kioo.

"Hii ni pete ya thamani kubwa," Joram alisema baada ya kuitazama." "Unaiacha kwa roho nyeupe?"

"Bila wasiwasi."

"Mchumba wako utamwambiaje?"

"Si nimeshakwambia sina mchumba?"

"Uliipata wapi basi pete ya bei ghali kama hii?"

"Ni hadithi ndefu. Tuiache hadi kesho kutwa nitakapokuja."

Huku akimshika mkono, Joram alimuuliza, "Bado umeng'ang'ania kesho kutwa. Mimi nakuhitaji hapa kesho."

"Kesho!" Ilikuwa zamu ya Mona Lisa kushanga. "Kurasa mia mbili na arobaini utakuwa umezimaliza kesho!"

Joram alicheka. "Bila shaka," alisema. "Nina tabia ya kuamka saa kumi za alfajiri na kufanya mazoezi hadi saa kumi na mbili. Toka hapo kazi yangu huwa ni kusoma magazeti yote yaliyochapishwa nchini siku hiyo. Ikiwa ninaweza kusoma magazeti ishirini na tatu, yenye zaidi ya kurasa kumi na sita kila moja, nitashindwa kusoma na kuimaliza riwaya tamu kama hii kabla ya saa nne asubuhi?"

Mona Lisa alimtazama kwa mshangao. Hakuelekea kuamini. Hata hivyo, alisema, "Nitajitahidi kuja kesho jioni basi, kama nitapata wasaa."

"Nitakuwa juu ya kiti kiki hiki nikikusubiri," Joram alimwambia.

Mona aliendea mojawapo ya magari ya kukodi yaliyokuwa nje ya hoteli na kutokomea.

Mara tu Mona Lisa alipotoweka machoni mwake hisia za upweke zikamjia Joram Kiango. Alihisi hali ambayo hakupata kuihisi huko mbeleni, hali ya kitu kama unyonge au kupungukiwa kitu fulani.

"Nimeanza kuwa mzee, nini?" Alijiuliza akiichezea pete aliyoachiwa. Jana alimtazama Mona Lisa kwa namna iliyofanya ajiwe na hisia za mapenzi na kujenga matumaini ya mahaba mazito kutoka kwake, hisia zilizomfanya hata afikie hatua ya kumkumbatia na kumbusu, lile busu moja tu, busu la kwanza, ambalo lilimloga zaidi.

Leo alijitahidi vilivyo kuziweka nyuma ya kisogo chake hisia zile ingawa hakufanikiwa sana. Huyu ni msichana mdogo tu,' Joram, alijinong'oneza mara kwa mara. 'Ndiyo, ni mzuri... na mwili wake unafariji... lakini bado ni mdogo tu,

tena anahitaji msaada wako. Uko wapi ule ushujaa wako?...
Uko wapi ule msimamo wako usiotetereka?' Ni hayo ambayo
muda wote yalikuwa yakipiga kengele katika kichwa chake
hadi pale Mona Lisa alipoinuka na kuaga. Vipi sasa ajisikie
kama anavyojisikia. Vipi afikie hatua ya kukubali kubaki na
pete yake?

'Nadhani ni kweli.... Uzee unaninyemelea,' alinong'ona
tena, akiagiza kinywaji kingine.

"Leta chupa zima... Huchoki kuleta hivi vitoti?"
Alimwamuru mhudumu.

* * *

"Mpenzi nimerudi," sauti ilimzindua Joram Kiango.
Ilikuwa ile sauti tamu, ambayo muda mfupi uliopita ilikuwa
ikimfariji.

Joram aliinua uso wake kumtazama Mona Lisa. Kama
muda mfupi uliopita alikuwa mzuri sasa alikuwa *malaika*.
Alikuwa amejipulizia manukato hewa iliyomzunguuka
ijae hisia za mahaba. Kama awali uso wake uling'ara, sasa
ulimeremeta kwa aina ya poda au mafuta aliyoyatumia. Nywele
zake, ambazo awali zilifungwa kichwani sasa ziliachiliwa na
kujimwaga hadi mabegani mwake na, hivyo, kufanya suala la
kujua kama msichana huyu ni Mbantu, Mhindi au Muajemi
liwe tatizo. Kilichohitimisha *u-malaika* wake katika ujio wake
huu lilikuwa vazi lake. Alivalia vazi la usiku, nguo laini,
iliyofichua vilivyo ubora wa umbile lake.

Joram alihamisha macho yake kutoka juu ya umbo hilo la
kuvutia na kuitazama saa yake, tano na dakika arobaini. Saa
tatu zilikuwa zimepita tangu Mona Lisa alipoondoka hapo
kwa ahadi ya kurudi kesho. Dakika ishirini zilibakia kabla
ya kuingia siku mpya ya Jumamosi. Na zilisalia saa kumi na
mbili kabla ya kuifikia miadi yao. Kulikoni?

Mona Lisa alikuwa kama anayeyasoma mawazo ya Joram. "Naona hujaridhika na ujio wangu," alisema. "Samahani sana kama nitakuwa nimekuudhi. Hisia za upweke zilinibana nikashindwa kuvumilia. Naweza kuondoka kama..."

"Hapana, hapana," Joram alisema akiinuka kumkaribisha. "Ujio wako umenifurahisha sana. Ni vile tu sikukutegemea hadi kesho. Keti, tafadhali... Jisikie uko nyumbani," alisema akimshika kiuno na kumkumbatia. Akambusu, busu ambalo lilijibiwa kwa mbwembwe zote.

"Utakunywa nini?"

"Kama hujali nitapenda kuonja hicho unachokunywa wewe. Ni *John Walker,* sio?"

"Ndiyo."

Joram aliagiza glasi ya pili. Tayari alikuwa amemeza chupa nzima ya wiski hiyo, jambo ambalo aliamini kuwa lilitokana na hisia za upweke tangu Mona Lisa alipoondoka. Hivyo, kichwa chake alikiona chepesi huku macho yakiwa mazito kiasi. Hata hilo halikumfanya ashindwe kuiona tabia ya kinyonga katika msichana huyu. Ama nusu glasi aliyokunywa ilikuwa imemaliza haya zake zote, ama alikuwa akinywa kutoka alipoondoka.

Alikuwa hazungumzi sana. Lakini alichekelea kila kauli ya Joram huku akitia neno hapa na pale, ambalo lilimfanya Joram acheke. Aidha, aliongea kwa maneno na vitendo. Mara kwa mara mikono yake iliruka na kutua hapa na pale katika mwili wa Joram. Mara achezee vidole vyake. Mara mkono utue na kutulia juu ya paja lake.

Ukiwa usiku mwingi, upepo mwanana wenye marashi ya karafuu uliwapepea kutoka visiwani. Kama binadamu, kama mwanamume rijali Joram hakuwa na uwezo wa kustahimili hali ile. Bila kutegemea alijikuta yeye pia akiingia katika mchezo wa mikono. Alimshika hapa na pale. Mona alionekana kuridhia. Taratibu walianza kubusiana.

Mara Mona aliinuka na kumshika Joram mkono. "Twende zetu," alimwambia.

"Wapi?"

"Kwani huna chumba?"

Ilimshangaza Joram kuona kuwa pamoja na mwili wake kusisimkwa na matarajio, roho yake ilikuwa nzito. Hisia fulani, ambazo hakuweza kuzifafanua ziliashiria shari badala ya heri. Hivyo, wakati akiongozwa kupelekwa chumbani kwake, alijihisi kama mwanakondoo anayepelekwa madhabahuni kutolewa kafara, badala ya kijana mzuri, aliyefuatana na msichana mzuri, anayetarajia kuufurahia ujana wake.

'Umeanza kuwa mzee, Joram...' Kitu fulani kilianza tena kumnong'oneza, kauli ambayo ilimezwa pale kitanda kipana kilipowapokea na kuwakumbatia.

* * *

Muda mfupi baadaye.

"Joram!"

"Na...am!"

"Unajua unachokifanya?"

"Si...jui."

"Ni kweli hujui... Hujui kuwa unabaka! Na unambaka afisa wa ngazi ya juu wa Jeshi la Polisi," sauti ya Mona ilisema, ikisindikizwa na kicheko.

"Sikujua," Joram alijibu. "Nilidhani mimi pia nimebakwa."

Kicheko.

"Ni wazi kuwa hujaipitia vizuri sheria ya ubakaji. Mwanaume habakwi, anabaka. Unaijua adhabu yake?"

"Siijui."

"Miaka ishirini na nane jela. Lakini kwako wewe adhabu hiyo haikutoshi. Utafungwa kifungo cha maisha, pingu mkononi."

Kicheko.

"Naanza lini kuitumikia adhabu hiyo?"

"Kutoka sasa uko chini ya ulinzi. Huruhusiwi kukutana na mwanamke mwingine. Huruhusiwi kuoa wala kuolewa..."

Kicheko. Usingizi uliwachukua huku wakiwa wamekumbatiana na kucheka.

Sura ya Tatu

❂❂❂ ❂ ❂ ❂

NI kitu kama unyevunyevu uliomgusa ghafla ubavuni, ambacho kilimfanya Joram Kiango aamke kutoka katika usingizi wa pono, uliokuwa umemchukua. Akiwa bado ameyafumba macho yake aliuondoa mkono wake toka kifuani mwa msichana aliyelala kando yake na kuutuma kuupeleleza unyevunyevu huo. Vidole vyake viligusa kitu kama maji mazito mithili ya uji uliopoa. Kitu gani hiki? Alijiuliza akiutoa mkono wake huko ulikokuwa na kuuleta puani ili kuunusa.

Ilikuwa harufu ngeni, lakini aliyoifahamu vilivyo. Harufu ya damu! Mara moja akayalazimisha macho yake, ambayo aliyaona mazito kuliko kawaida yake, kufunguka.

Damu! Mkono wake ulikuwa umejaa damu!

Hakuamini. Akakiinua kichwa chake kizito kumtazama msichana aliyelala kando yake. Alikuwa amelala kwa utulivu kupita kiasi. Uso wake ulikuwa na tabasamu lililofanya kama kusahauliwa pale. Kifuani alikuwa na tundu kubwa lililokuwa likiendelea kuvuja damu ambayo ilianza kuganda, damu nzito ambayo ndiyo iliyokuwa imetambaa hadi kuutembelea ubavu wa Joram.

'Hii ni ndoto, au...' Joram alijiuliza akiinuka harakaharaka. Kwa dakika moja au mbili aliduwaa wima, katikati ya chumba hicho, akimtazama kiumbe aliyepoa pale kitandani. Kiumbe ambaye muda mfupi uliopita alikuwa hai, hai kuliko uhai wenyewe, wakacheka na kucheza pamoja hadi usingizi ulipowatenganisha, kiumbe ambaye sasa alikuwa marehemu.

Katika kipindi hicho kifupi cha kuduwaa mbele ya maiti, mambo elfu na moja yalipita katika kichwa cha Joram Kiango. Yalimjia mfululizo, bila mpangilio, kiasi cha kufanya ashindwe kujua aanzie wapi aishie wapi katika kuutafakari mkasa huo mzito uliomsibu. Kwanza, alishangazwa na uzito wa ubongo wake katika kufikiri. Aliiona akili yake kama iliyoduwaa, kinyume cha kawaida yake anapokuwa katika masaibu kama hayo. Pia, aliduwazwa na udhaifu wa mwili wake. Hata macho yake alihisi kuwa anafanya kuyalazimisha kuwa wazi. Vinginevyo, alijisikia kama mtu aliyekuwa tayari kuendelea kupiga usingizi wake, hadi wakati mwafaka, atakapoamka na kisha kuanza kujiuliza ni nini kilichotokea.

'Changamka Joram! Uko hatarini! Hatari yenyewe kubwa kuliko unavyofikiria! Amka! Chemsha ubongo wako!' Sauti fulani, kutoka nyuma ya kisogo chake ilimhimiza.

Joram aliitii. Dakika iliyopita alikuwa ameduwaa, ubongo ukiwa umeduwaa. Dakika iliyofuata akili yake ilikuwa makini. Alianza kwa kujikumbusha kuwa kwanza alihitaji kutuliza akili zake. Katika hali hiyo ya utulivu aliitazama saa yake. Ilimwambia kuwa ilikuwa alfajiri, saa 5.45. Hata alipotupa macho nje aliona miale ya mwanga wa jua ikianza kuashiria mapambazuko.

Baada ya hapo Joram aliutupia macho tena mwili wa marehemu. Hakuhitaji daktari kuthibitisha kuwa alikata roho kitambo. Hali kadhalika, hata kipofu angejua kuwa kifo chake kilitokana na tundu la risasi iliyopenya kifuani mwake na kusababisha damu nyingi imwagike kutoka mwilini mwake.

Nani aliyemuua? Kwa nini amemuua? Aliwezaje kuingia chumbani humu na kufanikiwa kumuua msichana huyu asiye na hatia bila yeye kujua? Na ilikuwaje yeye Joram, mwenye maadui lukuki akaachwa hai? Hayo ni miongoni mwa mamia ya maswali yaliyokisumbua kichwa cha Joram Kiango. Hata hivyo, hakuona kama ulikuwa wakati mwafaka kujaribu kutafuta majibu. Kitu fulani kilikuwa kikimnong'oneza kuwa yeyote aliyefanya mauaji hayo ya kinyama alikusudia yeye aonekane kuwa ndiye muuaji, jambo ambalo lingemfanya achukue miaka, huku akiwa mahabusu, kuihakikishia dunia vinginevyo.

Joram hakuwa na wasaa huo, wasaa wa kukaa gerezani huku mtu fulani anayeitwa wakili akiipigania roho yako. Alikuwa mtu wa kujipigania, mtu wa kisasi kwa yeyote aliyekatisha maisha ya Mona Lisa, msichana mwenye umbo la malaika.

Harakaharaka, Joram alianza kukusanya vifaa vyake muhimu. Aliliendea begi lake. Lilikuwa wazi. Na, kama alivyotegemea, bastola iliyotumika kumuulia Mona Lisa ilikuwa humo. Ilikuwa bastola kubwa, maalumu kwa majeshi ya polisi na usalama; .45. Joram akaifungua. Ilikuwa na risasi tano. Moja tu ilikuwa imetumika. Bila shaka ni ile iliyomuua Mona. Joram aliitia mfukoni mwake na kuifunga mifuko ya siri ya begi lake hilo.

Ilikuwa mitupu!

Silaha zake zote zilikuwa zimechukuliwa!

Akauacha mfuko huo na kuiendea meza ndogo ya chumbani humo. Macho yake yalikwenda moja kwa moja pale alipouweka mswada wa marehemu; UBONGO WA MWALIMU NYERERE.

Nao ulikuwa umetoweka!

Katika mtoto wa meza Joram aliipata simu yake ndogo ya mkononi. Akaichukua na kuitia katika mfuko wa suruali yake nyepesi ambayo aliivaa. Pia akavaa shati jeusi, viatu na kofia yake ya kawaida. Alifikiria kufuta alama za vidole vyake katika mwili wa marehemu na kila kitu chumbani humo. Wazo ambalo alilipuuza mara moja kwa kuzingatia kuwa uongozi wa hoteli ulikuwa na kumbukumbu zake zote, aidha wateja wote wa hoteli hiyo walimwona pindi akiburudika na msichana huyo ambaye sasa ni marehemu. Isitoshe, jaribio la kufuta alama hizo ni dalili ya kwanza kabisa ya mauaji ya kukusudia kwa mpelelezi mzoefu.

Mlango wa chumba ulikuwa wazi. Joram hakuutumia. Alimtupia marehemu jicho la mwisho. Huyoo, akapenya dirishani kudondokea nje.

Dakika tano baadaye alikwishaliacha eneo la hoteli na kuingia katika mitaa iliyomwelekeza mjini.

* * *

Katika uhai wake wote wa kimatibabu Daktari Omari Shaka, hakupata kupokea mgonjwa wa aina hii, mgonjwa ambaye alijileta mwenyewe hospitali, huku akigugumia kwa maumivu, lakini akakatalia vipimo na dawa zote isipokuwa 'kitanda' na 'vidonge vya usingizi tu.' Mgonjwa huyo aliyeonekana mchovu kiafya na kiuchumi, bila kudaiwa, alitoa shilingi 50,000 kama malipo ya awali ya gharama za matibabu yake.

Daktari aliichukulia siku hiyo kama siku mpya, ambayo ilianza na maajabu.

Ilikuwa ndio kwanza anaingia kazini, kushika zamu ya daktari mwenzake ambaye alimaliza saa kumi na mbili za asubuhi. Ikiwa hospitali yao binafsi, mpya, iliyojengwa katika eneo la watu wenye kipato cha chini, siku zote kwao wagonjwa waliendelea kuwa bidhaa adimu. Si kwa kuwa magonjwa yalikuwa yamepungua, la; isipokuwa gharama za matibabu ndizo zilizokuwa zikiwakimbiza. Wengi waliugulia majumbani na kupoteza maisha. Wengi walikimbilia kwa waganga wa jadi ambao waliwapokonya hadi senti za mwisho bila uhakika wa tiba. Wengi, kati ya wachache waliokuja hospitalini hapo, waliondoka na madeni makubwa na, hivyo, kutorejea tena.

Hivyo, alipokuja 'mgonjwa' mwenye shilingi elfu hamsini mkononi, na madai ya kuujua vizuri ugonjwa wake, kwamba anachohitaji ni kitanda cha mapumziko na vidonge vya usingizi, baada ya hapo ndipo atakubali vipimo, nani amkatalie?

Alilitupa chini gazeti alilokuwa akilisoma na kuvuta jalada jipya ambalo aliliandika tarehe na kisha kumgeukia mteja wake.

"Jina lako?"

"Sharif Mkono wa Birika."

"Umri?"

"Miaka sitini na tano."

"Unakoishi?"

"Kinondoni B"

"Mjumbe..." na kadhalika na kadhalika.

"Una hakika kuwa usingependa kupimwa angalau presha? Unajua tuna taratibu zetu..."

"Daktari vipimo vyote utachukua. Lakini baada ya mapumziko yasiyopungua masaa ishirini na nne. Najifahamu, Daktari. Nionyeshe kitanda, tafadhali."

Alipatiwa kitanda katika chumba pekee maalumu hospitalini hapo. Kilikuwa chumba chenye vitanda vitatu, yeye akiwa mgonjwa pekee, jambo ambalo lilimfurahisha sana. Baadaye nesi alipomletea vidonge viwili vya *piriton,* alivipokea na kusingizia kuvimeza. Alikunywa maji matupu, akamrejeshea nesi glasi na kisha kujifunika gubigubi. Muda mfupi baadaye alisikika akikoroma kwa mbali.

Joram alikuwa amejisingizia ugonjwa ili apate nafasi ya kujificha, akiwa ametulia, ili aweze kupata fursa ya kufikiri na kutafakari kwa kina kitu gani kinamtokea, nini kinachofuata na achukue hatua zipi kukabiliana na hali hiyo.

Kutoweka lilikuwa jambo la awali na muhimu sana. Alijua kwa vyovyote usingepita muda kabla ya mauaji hayo kuarifiwa polisi na yeye angekuwa mtuhumiwa wa kwanza. Kwa tabia ya polisi wa Tanzania, na pengine kote duniani, alijua ambacho wangefanya ni kumkamata kwanza na kuanza upelelezi baadaye. Akiwa na pingu mikononi, nyuma ya nondo kubwa, Joram alijua kuwa huo ungekuwa mwisho wa ndoto yake ya kukielewa kiini cha mkasa huo na mwisho wa dhamira yake ya kumwadhibu yeyote ambaye amemuua msichana mpole kama yule, mzuri kama yule, malaika asiye na hatia yoyote.

Uamuzi wa kujificha hapa kwa muda aliuchukua mara alipotoka pale hotelini. Alijua fika kuwa pindi taarifa za mauaji zitakapowasilishwa kwenye vyombo husika, na yeye kutajwa kama mtuhumiwa, msako kabambe dhidi yake ungetangazwa. Nchi jirani zote zilizo katika mkataba wa INTERPOL pia zingehusishwa. Hoteli na majumba yote ya wageni yangepekuliwa, madanguro na magenge yote yangekaguliwa. Hata magari mabovu na magofu yote jijini yangechunguzwa. Joram alikuwa na hakika kuwa mahala pa mwisho ambapo polisi wangepafikiria kumtafuta ni hapo, wodini.

Kichwani mwake hakuona kama ni jambo jema sana kujisingizia ugonjwa, akichelea kuwa unaweza kumchukiza Mungu ukajikuta umekuwa mgonjwa kwelikweli.

Aliwahi kusoma mahala fulani, juu ya mtu mmoja kule Harare, wakati ule wa shida kubwa ya mafuta kufuatia vikwazo vya kiuchumi dhidi ya nchi ile, kwamba walisubiri mgao wa mafuta tangu saa mbili usiku na kuja kuyapata saa tisa alfajiri.

Magari pekee yaliyotiliwa maanani yakiwa yale yaliyobeba wagonjwa au maiti. Hivyo jamaa fulani walilazimika kununua jeneza na sanda, mmoja wao akajilaza katika jeneza hilo na kuvishwa sanda. Wakapatiwa mafuta na kuondoka zao. Lakini walipofika mbele ya safari na kusimamisha gari ili wamtoe mwenzao walimkuta tayari amekufa kikweli. Msiba wa kusingizia ukaanza upya.

Yasije yakanitokea hayo... Joram aliwaza huku akicheka kimoyomoyo ndani ya shuka zake za hospitali alimojifunika.

Akaituma akili yake kuanza kufikiri kwa makini zaidi. Jambo la awali ambalo hakuona kuwa lilihitaji kumpotezea muda ni vipi muuaji alivyoweza kuingia chumbani mle na kumuua Mona Lisa kwa risasi, yeye akiwa kwenye usingizi wa pono. Bila shaka muuaji huyo aliwapulizia dawa ya usingizi na, hivyo, kuingia chumbani humo na kufanya mauaji yake kwa kutumia bastola yenye kiwambo cha kuzuia sauti bila yeye kuwa na habari.

Alihisi dawa hizo hadi sasa bado ziliufanya ubongo wake ushindwe kufanya kazi yake kwa kiwango chake halisi.

Hata hivyo, akiwa kitandani hapo, taratibu aliona kama utandu katika ubongo wake ukianza kudondoka na mambo kadhaa aliyokuwa akiyaona katika hali ya ukungu yakianza kutoweka na kuonekana katika hali yenye uhalisia zaidi.

Kilichoizindua akili yake ni pale alipokumbuka kumwona Daktari Omari, wakati akimwandikia cheti, aliandika kitu kama Jumatatu, tarehe 25 Septemba! Hata gazeti lililolala pale mezani pake lilikuwa la Jumatatu.

Jumatatu! Joram alishangaa. Alikumbuka vizuri sana, kwamba alikutana na Mona Lisa siku ya Jumamosi na aliingia naye chumbani mle usiku wa Jumamosi ile ile. Ilikuwaje aamke, akiwa amemkumbatia Mona Lisa, au maiti yake, siku ya Jumatatu? Inawezekana kuwa walilala chumbani mle kwa takribani saa ishirini na nne? Inawezekana!

Joram aliituma akili yake kufikiri. Alizirudisha fikra zake kama mkanda wa picha toka pale Mona aliporejea ghafla na kumwambia, "Mpenzi nimerudi..." kinyume cha rai yake ya awali kurudi kesho yake. Aliufikiria uchangamfu wake uliomfanya ajikute yuko naye chumbani. Aliufikiria utundu wake kitandani uliopelekea ajione kuwa yuko peponi anayeburudishwa na malaika halisi. Akaifikiria ile kauli yake ya mwisho, kabla usingizi haujawapitia.

"Ni kweli hujui... Hujui kama unabaka. Na unambaka afisa wa ngazi ya juu wa jeshi la polisi."...

Kicheko.

"Sikujua... nilidhani mimi pia nimebakwa."

Kicheko.

"Ni wazi kuwa hujaipitia vizuri sheria ya ubakaji. Mwanamume habakwi, anabaka. Unajua adhabu yake?"

"Sijui."

"Miaka ishirini na minane jela. Lakini kwako wewe adhabu hiyo haitoshi. Utafungwa kifungo cha maisha, pingu mikononi."

Kicheko.

"Naanza lini kuitumikia adhabu hiyo?"

"Toka sasa uko chini ya ulinzi. Huruhusiwi kukutana na mwanamke mwingine. Huruhusiwi kuoa wala kuolewa.

Kicheko. Usingizi...

Kwa mujibu wa kumbukumbu iliyomjia Joram hayo yalikuwa maongezi yake ya mwisho na Mona Lisa kabla hajaamka na kujikuta akiwa amekumbatia maiti yake, tundu kubwa la risasi kifuani pake likiendelea kuvuja damu.

Huo ulikuwa usiku wa Jumamosi au alfajiri ya Jumapili! Kilichomshangaza ni hii hadithi mpya ya kuwa leo ni Jumatatu. Ukweli ni upi, Jumapili au Jumatatu?

Joram hakuona kama alikuwa na haja ya kuupoteza muda wake kufikiri kama leo ilikuwa siku ya Jumapili au Jumatatu. Kama daktari ameandika tarehe ya Jumatatu na kama hata gazeti lilikuwa la Jumatatu, kwa vyovyote siku ya leo ni Jumatatu. Alichohitaji kufanya ilikuwa ni kukusanya akili yake ili imwambie kitu gani kilimtokea hata akalala kwa kitu kama saa ishirini na nne bila kujua kinachoendelea.

Ilikuwaje? Alijiuliza.

Taratibu, ule utandu uliokuwa ukiudumaza ubongo wake ukaanza kumtoka na picha mpya kuingia akilini. Ilikuwa kama mkanda wa *video* ambao unarudishwa nyuma na kuchezeshwa upya.

Sasa alikumbuka vizuri kabisa kuwa mara baada ya Mona kumwambia, "Huruhusiwi kuoa wala kuolewa..." na usingizi kuwachukua, Mona Lisa alitoweka.

Joram alibaini kutoweka huko pale alipoamka pale aliposhtuka muda fulani baina ya saa tatu au nne na kujikuta peke yake. Ubavuni mwake, alipolala Mona Lisa, palikuwa na mto ambao yeye, Joram, aliukumbatia. Hakujali, akijua kuwa msichana huyo alikuwa ameondoka kimyakimya kwa kuchelea kumsumbua. Akaurudia usingizi wake ambao aliuchapa hadi saa saba za mchana huo. Baada ya kuoga, kunywa supu na chupa mbili za *club soda* alirejea chumbani kwake ambako alijilaza chali na kuendelea na mswada wa Mona, *UBONGO WA MWALIMU NYERERE.*

Ilikuwa riwaya tamu. Ilimvutia na kumsisimua kiasi kwamba alijikuta amezama moja kwa moja katika msitu huo wa maneno yaliyopangiliwa kisanii. Ilimwia vigumu kuamini kuwa hadithi hiyo ilikuwa ya kubuni. Ilimwia vigumu zaidi kuamini kuwa mbunifu mwenyewe alikuwa msichana mpole na mrembo kama yule. Ufundi wa matumizi ya lugha, hila katika mpangilio wa matukio na zaidi ya yote uhalisia wa matukio ya mambo katika hadithi hiyo ni miongoni mwa mambo yaliyomfanya Joram amezwe moja kwa moja, bila kujua kuwa muda umekwenda, hadi aliposikia mlango wake ukigongwa.

Kabla ya kuinuka kuufungua aliitazama saa yake ya mkononi. Tatu kasoro! Hakuamini. Alipofungua mlango umbile zuri la Mona Lisa lilikuwa limesimama pale, tabasamu lenye haya haya na kutojiamini likiwa limechanua usoni pake.

"*Darling!* Karibu sana," Joram alisema akimshika mkono na kumvuta ndani ambako alimkaribisha tena kwa busu jingine.

Kiasi fulani Mona Lisa alionyesha kushangazwa na mapokezi hayo. Alimtazama Joram kwa muda, kisha akayakwepa macho yake na kujiinamia. Joram pia alishangazwa na hali hiyo. 'Muda mfupi tu uliopita ulikuwa mchangamfu kuliko mie, mara hii umebadilika tena! Achana na tabia hizo za kinyonga!' Alitamani kumweleza. Lakini hakufanya hivyo. Badala yake alimwambia taratibu, "Chumba hiki chako, chagua kukaa ama kitandani, ama kwenye kochi."

Mona aliliendea kochi na kuketi.

"Kitabu chako kimenishika kwelikweli," Joram alimwambia. "Sikujua kama muda umeisha kiasi hiki. Nikuagizie chakula na kinywaji gani?"

Mona alitabasamu, "Kizuri?"

"Kitu gani?"

"Kitabu ni kizuri kweli?"

Joram akatabasamu. "Kizuri kama alivyo mtu aliyekiandika. Kikitoka utapata washabiki kila pembe ya dunia. Utakula nini?"

"Unaamini kitakubaliwa?" Mona alihoji tena kwa shauku.

"Ni mchapishaji kipofu wa taaluma peke yake anayeweza kukataa kitabu kama hiki. Ingawa kuna mambo mawili matatu atakayoyatoa na ya kuongeza. Hata hivyo, sijafika mwisho," Joram akasita, "Hujaniambia utakula nini, utakunywa nini."

Ilikuwa dhahiri kuwa akili za Mona hazikuwa kwenye chakula wala kinywaji, bali kwenye maandishi yake, hali ambayo ilimshangaza Joram. Jana hakukitaja kabisa kitabu hicho, leo hataki kusikia jambo lolote zaidi ya kitabu.

Kinyonga!

"Siwezi kukaa hapa na msichana mrembo kama wewe, bila kumkirimu walao maji ya uhai. Nawapigia jikoni watuletee kuku mzima, chupa mbili za wiski na *tonic*. Sawa?"

Joram alisubiri jibu la Mona Lisa.

"Samahani, sijisikii kunywa wala kula chochote."

"Kwa nini? Za jana bado ziko kichwani?"

"Jana!" Ilikuwa zamu ya Mona Lisa kushangaa.

"Jana nimekunywa wapi! Sijawahi kunywa pombe tangu nizaliwe."

Joram hakuyaamini masikio yake.

"Wacha mzaha Mona," akamwambia akicheka.

"Jana umerudi hapa ukanipa *company* ya nguvu, ukanywa kiasi cha kunifariji hapo kitandani hadi ulipotoweka bila kuniaga!"

Kilichofuata baada ya hapo Joram hakukitegemea. Joram alimwona Mona Lisa akisimama na kumtumbulia macho ya mshangao, akiwa ameusahau mdomo wake wazi, huku akitetemeka mwili mzima. Taratibu mshangao ulianza kutoweka katika macho yake na nafasi yake kuchukuliwa na hasira, hasira za mwanamke, hasira ambazo Joram, pamoja na ujabali wake wote hakupata kuziona kwa mwanamke yeyote yule. Lakini hali hiyo pia ilitoweka taratibu katika macho yake na nafasi yake kuchukuliwa na kitu kama msiba au maombolezo, jambo lililofuatiwa na kilio cha kwikwi, kwa sauti ndogo, huku machozi mengi yakimtoka.

Kwa Joram Kiango ile picha ya kusisimua ilikuwa imerudi, picha ya msichana mpole, mrembo, mwenye maumivu fulani rohoni mwake, picha ya malaika anayeteseka, ambayo mwanamume yeyote asingeivumilia. Hivyo, bila kujipa wasaa wa kutafakari zaidi alimwendea na kumkumbatia. Akamvuta taratibu hadi kitandani ambako alimketisha na baadaye kumlaza huku akiwa amemkumbatia, mkono wake wa pili ukijipa kazi ya kumfuta machozi.

Mona alinyamaza kidogo na kumuuliza Joram kwa sauti ya mnongo'ono, "Unaniambia ukweli, Joram?"

"Kwamba?"

"Kwamba jana nimerudi hapa na kuwa nawe hadi asubuhi ya leo?"

"Kwa nini nikudanganye?" Joram alimjibu kwa swali vilevile. "Kwani kulikoni, Mona, mbona sikuelewi? Mbona sikuelewi!"

Mona akaanza kulia tena. Baadaye, alinong'ona tena kama anayezungumza peke yake. "Hata wewe! Hata Joram Kiango! Nifanye nini jamani?"

"Kuna nini?" Joram alihoji tena. "Kuna jambo gani la muujiza wewe kurudi hapa na kuwa nami?"

"Hujui Joram, hujui; huelewi. Na huwezi kuelewa," Mona alisema na kuongeza, "Hujui kuwa tayari nimeyaweka maisha yako hatarini. Sijui kitu gani kinachonitokea. Lakini naamini nimekuweka katika hatari kubwa sana katika maisha yako."

"Hatari gani?"

"Ya kifo."

Joram akaangua kicheko. "Yaani kufurahi na wewe usiku mmoja kwangu ni hukumu ya kifo! Acha mzaha Mona. Mie sio mshirikina kiasi hicho!"

"Joram, hufahamu," Mona aliongeza. "Kwanza, hukulala na mimi. Halafu, suala la ushirikina halipo."

Joram akacheka tena. Akasema, "Kwa hiyo tuachane na ushirikina. Twende kwenye elimu akhera. Ni kwamba nimelala na jini linalotumia sura yako, jini ambalo baadaye litaniua sio? Usinichekeshe Mona."

"Huwezi kuelewa," Mona alinong'ona tena. Ingawa sasa kile kilio cha kwikwi kilikoma, machozi yaliendelea kutiririka juu ya mashavu yake laini; Joram akiendelea na kazi ya kuyafuta na kumfariji.

Kuna ugonjwa fulani. Ugonjwa adimu, ambao ni madaktari wachache hadi sasa wanaoufahamu. Ni aina fulani ya matatizo ya akili ambapo mhusika hujikuta amesahau yeye ni nani na kujihisi kama mtu mwingine kabisa mwenye jina na tabia tofauti. Akiwa katika hali hiyo anaweza kufanya kitu chochote, hata kuua bila kujua analolifanya.

Maradhi hayo yanaweza kumfanya mtu kuwa na nafsi mbili au tatu zenye majina na tabia tofauti. Anaweza kuwa Amina, Asha au Aisha kivitendo na kitabia kwa nyakati tofauti. Wakati mwingine Amina au Asha huyo anaweza kuchukiana au hata kuoneana wivu na Aisha, kwa kutegemea wakati huo mgonjwa yuko katika taswira ipi.

Zipo kesi kadhaa za aina hiyo, baadhi zikihusisha hata mauaji, lakini watuhumiwa wakaachiwa huru na mahakama baada ya kuthibitishwa kuwa wanaugua ugonjwa huo.

Joram aliamini kuwa Mona Lisa alikuwa na tatizo hilo. Aliamini kuwa alipomfuata jana na kunywa, ambako anaapa kuwa hajawahi kunywa maishani, alikuwa katika taswira yake mpya ambayo yeye binafsi haifahamu, taswira ya msichana wa kileo, asiye na haya na mwingi wa mbwembwe.

Ni hilo lililomfanya aamue kumfariji na hata pale Mona Lisa alipoomba kuondoka Joram alikataa katakata kwa maelezo kuwa asingemruhusu kuondoka katika hali hiyo.

"Joram, mara hii naona unafanya jambo ambalo hujui hatima yake. Laiti ungenisikiliza..." Mona alimtahadharisha.

"Najua ... Usijali..."

Wakiwa katika hali hiyo hiyo ndipo usingizi ulipowapitia. Na ndipo Joram Kiango alipozinduka alfajiri na kujikuta akiwa amekumbatia maiti ya aliyekuwa Mona Lisa huku tundu la risasi katika kifua chake likiendelea kuvuja damu.

Ndivyo ilivyokuwa.

Sura ya Nne

❂ ❀ ⦗ ⦘ ❀ ❀ ❂

KATIKA nchi hii iliyokumbwa ghafla na ubepari wa kutisha, kwa kisingizio cha 'utandawazi'; katika nchi ambayo rushwa imekuwa maarufu kama dini, kiasi cha kuwafanya wachache kwa mamia yao waendelee kuneemeka huku wengi kwa mamilioni yao wazidi kudidimia katika lindi la ufukara, njaa na kukata tamaa; katika nchi ambayo serikali yenyewe haioni soo kumpa mtumishi wake mshahara wa shilingi 40,000 kwa mwezi huku ikijua fika kuwa maafisa wake wa ngazi za kati peke yake fedha hizo haziwatoshi hata kwa kutwa moja; vifo vya hapa na pale vimeondokea kuwa jambo la kawaida kabisa.

Redio, televisheni na magazeti siku zote yamekuwa yakitoa habari ambazo zamani kidogo zingeonekana kuwa za ajabu machoni mwa watu: AJINYONGA KWA DENI LA SHILINGI ELFU TANO; MAMA AMUUA MWANAWE KWA KUMWIBIA SHILINGI MIA MBILI; MPIGA DEBE AMUUA MWENZAKE KWA KUGOMBEA SENTI HAMSINI; KIBAKA ACHOMWA MOTO HADI KUFA KWA KUKWAPUA SIMU YA MKONONI; na kadhalika na kadhalika.

Kama Mtanzania mwingine yeyote, Inspekta Haroub Kambambaya, alikuwa akizisikia, au kuzisoma habari hizo siku zote na kuishia kujiuliza maswali ambayo kila mmoja alijiuliza, "Tunaelekea wapi?" au "Hatima ya nchi hii ni ipi kwa kasi hii ya maisha?"

Lakini Haroub Kambambaya hakuwa Mtanzania wa kawaida. Alikuwa afisa mzito, katika kitengo kizito, chenye dhamana maalumu katika masuala ya Usalama wa Taifa.

Awali, kitengo hicho kiliongozwa na Inspekta Kombora ambaye sasa amestaafu na kuanzisha shughuli za kilimo katika wilaya moja ya mkoa wa Tanga. Huu ulikuwa mwaka wa pili tangu Kambambaya alipoteuliwa kukikalia kiti hicho, ambacho awali hakujua kuwa kilikuwa 'kiti cha moto' kiasi hicho, kiti ambacho kilihusiana na kudokezwa juu ya kila tukio nyeti linalotokea nchini, ambalo kwa namna moja au nyingine linahusiana na Usalama wa Taifa. Macho yake yalitakiwa kuuona kila mkataba nyeti wa kibiashara baina ya mtu na mtu, mtu na asasi au serikali kwa serikali. Dawati lake lilitakiwa kupokea taarifa zote za nani anatoka na nani anaingia nchini kulingana na uzito wa majina au nafasi zao. Kuingia na kutoka kwa idadi kubwa ya pesa katika mabenki nchini pia ni miongoni mwa mambo ambayo yalitakiwa kuifikia meza yake kwa ajili ya tathmini. Si hayo tu, hata mambo ambayo yalionekana ya kawaida, kama masuala ya kujiua, kuua, kutoweka au hata kutishia kujiua yalipitishwa mbele ya macho yake; mengi yakiwa yale ambayo hayakupata kuyafikia masikio ya wanahabari.

Ni mengi yaliyomfikia, mengi kati ya mengi hayo yalikuwa ya kusisimua. Lakini ni machache sana yaliyohitaji kufanyiwa kazi. Aidha, kati ya machache hayo, mengi yalirejeshwa mikononi mwa asasi za kawaida, ama polisi, au Usalama wa Taifa.

Ni katika mlolongo huo, Kambambaya alipolipokea jalada jipya lenye tuhuma dhidi ya Joram Kiango 'kuua' mtu na kisha kutoweka.

Kambambaya hakuwa mgeni kwa jina la Joram Kiango. Alilisikia mara nyingi likitajwa katika mifereji na vichochoro vya ugaidi, ujambazi au uhaini. Hali kadhalika, alikuwa amesoma majarida na vitabu vingi vilivyochapishwa juu ya harakati za mtu huyo anayeitwa au kujiita Joram Kiango.

Alipitia jalada hilo harakaharaka kabla ya kuinua uso wake kumtazama msaidizi wake aliyeketi mbele yake akimsubiri. "Kwa nini limeletwa hapa?" Alimuuliza baadaye. "Linaonekana kama tukio la kawaida kabisa la mauaji. Polisi yeyote aliyehitimu hatashindwa kujua aanzie wapi, aishie wapi katika kesi kama hii."

"Ni kweli kabisa afande," msaidizi huyo, kijana mkakamavu, mtanashati, anayeitwa Chaku Chikaya, alimjibu akitabasamu kidogo. "Lakini," aliongeza. "Nadhani wameleta jalada hili hapa harakaharaka kwa kuwa wanafahamu jinsi ambavyo ofisi hii imekuwa ikishirikiana na Joram Kiango kwa njia moja au nyingine katika pilikapilika zake.

"Kushirikiana!" Kambambaya alimuuliza. "Kushirikiana, Sajenti!" alihoji tena. "Hapa tuna msichana asiye na hatia aliyeuawa kinyama. Hapa hapa tunaye mtuhumiwa ambaye kutoweka kwake ni ushahidi wa kwanza wa kuwa kwake na hatia. Alama za vidole kwenye mwili wa marehemu na sehemu mbalimbali chumbani humo ni zake. Isitoshe ni yeye aliyekodi chumba hicho kwa jina lake na amekiacha bila kutoa taarifa yoyote kwenye mapokezi. Wewe, afisa hali kama hiyo unaichukulia kuwa ni ushirikiano?"

Sajini Chikaya alitamani kutabasamu. Alisita kwa jinsi alivyoyaona macho ya bosi wake yalivyokuwa hayana mzaha, jambo ambalo lilimfanya ashangae badala ya kucheka. Chikaya amekuwa na kikosi hiki kwa zaidi ya miaka kumi. Katika kipindi chote hicho amekuwa akishuhudia au kuhusika kwa namna moja au nyingine na harakati za Joram Kiango, harakati ambazo huanza kwa kumfanya Joram aonekane kama mhalifu na kuishia katika hali ya kumfanya aonekane shujaa wa Taifa. Kwa ufupi, Chikaya alikuwa shabiki wa Joram Kiango.

Kitu ambacho hakufahamu ni kuwa bosi wake hakuwa shabiki wa Joram Kiango. Kinyume na Mkuu wa Idara hii wa zamani, mzee Kombora, Kambambaya alimchukia Joram Kiango. Ni kweli, alihusudu mtindo wake wa kupambana na majanga mazito, ambayo yangeweza kuhatarisha usalama wa nchi na bara zima kwa namna anazojua mwenyewe. Hata hivyo, namna zake hizo, ambazo siku zote ziliishia kuvifanya vyombo vyote vya usalama vilivyofundishwa na kuhitimu, vionekane mbumbumbu visivyojua kazi zao, ndilo lililomfanya Kambambaya ajikute akijenga chuki dhidi ya Joram Kiango. Siku zote alikuwa akiomba itokee siku, Joram ateleze na aangukie mikononi mwake ili amfunze adabu na baadaye kumpeleka chuoni. Aliiona siku hiyo kama inayokaribia.

"Sikiliza Sajini. Ushirikiano au ushoga katika suala hili ni ndoto. Hapa tunazungumzia kifo cha mtu. Tunazungumzia mtuhumiwa ambaye anafahamika, ambaye anaweza kuua tena. Ni wajibu wetu kushirikiana na polisi, kwa hali na mali ili tumpate. Mengine yatafuata baadaye." Alisita kidogo kuitazama saa yake. Kisha, akauinua tena uso wake na kumkazia macho Chikaya kabla ya kumuuliza, "Unadhani anaweza kuwa amejichimbia wapi?"

Supa D na maiti alikuwa kama bata na maji. Maiti ilikuwa sehemu ya maisha yake. Hakuna siku iendayo kwa Mungu ambayo hakupata kuhusika na maiti, kwa njia moja au nyingine. Mwaka wa kumi na sita sasa toka alipoingia katika kazi hii ambayo si kwamba ilimlazimisha tu bali pia ilimfanya aichukulie miili ya binadamu wenzake, ambao tayari uhai ulikuwa umewatoka, kwao awe kama fundi mwashi anayelichukulia tofali.

Supa D alikuwa mtendaji mkubwa wa chumba cha maiti cha Hospitali ya Rufaa ya Muhimbili, ajira ambayo awali aliichukulia kama kupelekwa jehanamu, lakini sasa aliiona kama pepo.

Kama ilivyo kwa maelfu ya watu wengine, Supa D alizaliwa kijiji fulani huko wilaya ya Mpwapwa. Aliona milango ya neema isingemfungukia bila kuja Dar es Salaam, kwani wote waliomtangulia kutoka kijijini na kupotelea Dar es Salaam walirudi miaka kadhaa wakiwa wamebadilika kiuchumi. Wanawake walinona na kupendeza, wanaume walinawiri na kuvutia. Ni hawa waliovaa vizuri, kula vizuri na kuwajengea wazazi wao nyumba nzuri. Ni wao waliowachukua wadogo zao na kuwapeleka mjini ambako walipata elimu nzuri.

Supa D alikuwa mtoto mkubwa katika familia yenye watoto tisa, akiwa mwanaume pekee. Alipomaliza darasa la nne, ambalo wakati huo lilikuwa la juu zaidi katika elimu ya msingi, alijichukulia kama msomi aliyekosa kazi. Hivyo, alifanya kila jitihada hadi alipopata nauli ambayo ilimfikisha Dar es Salaam.

Kama kawaida, jiji la Dar es Salaam lilimpokea kwa kila aina ya dhiki na dhihaka. Hakuwa na ndugu, hakuwa na mahala pa kulala. Kwa zaidi ya wiki mbili alilala katika vituo vya mabasi, katika magofu na mara nyingine shimoni Kariakoo. Kutokana na idadi kubwa ya watu jijini, Supa D hakupata kuulizwa na mtu yeyote 'Wewe ni nani', 'unafanya nini hapa' au 'kwenu wapi'. Habari za watu kukamatwa na kurudishwa makwao au hata kufungwa yeye alizisikia juujuu tu.

Nyota yake ya jaha ilianza kufunguka asubuhi ile alipokutana na kijana mmoja wa kijijini kwao ambaye alikuwa ametoroka nyumbani kwao miezi kadhaa kabla yake.

"Uko huku?"

"Wewe pia?"

"Ulikuja lini?"

"Wewe ulikuja lini?"

"Unakaa wapi?"

Baada ya kipindi cha maswali na majibu mwenyeji alijitolea kumpeleka Supa D kwa mwajiri wake kwa ahadi ya kumpatia ajira na mahala pa kulala.

Mwajiri wake aliondokea kuwa mama mmoja mnene, wa Kimanyema, aliyekuwa na nyumba katika mtaa mmoja wa Mchikichini, Kariakoo. Alikuwa mwajiri wa vijana wengine wasiopungua kumi. Kazi yao ilikuwa kumuuzia kahawa, kutoka asubuhi hadi usiku wa manane, katika mitaa yote ya Kariakoo, ujira ukiwa chakula, mahala pa kulala na senti chache zilizotokana na faida iliyopatikana. Malazi yenyewe hayakuwa na gharama yoyote kwa mama huyo. Wote walilala uwani, ambako kila mmoja alitandika ama gunia au kirago sakafuni na kuubembeleza usingizi. Kunguni, mbu na viroboto pia walikuwa wapangaji wa nyumba hiyo na kwa ajili ya ugeni wake walimlaki Supa D.

Kwa Supa D, ambaye wakati huo bado alikuwa akiitwa Charles Matonya, hiyo ilikuwa hatua kubwa katika maisha yake. Alifanya kazi ya mama huyo kwa moyo wake wote na juhudi zake zote, hali iliyofanya awe kuwa kipenzi cha mama. Lakini alikuwa pia kipenzi cha takribani wateja wake wote. Kila aliyeionja kahawa yake aliishi kuwa mteja wake wa kudumu. Uchangamfu wake na ari yake ya kujifunza zaidi na zaidi kwa wateja hao vikamfanya awe zaidi ya 'kijana muuza kahawa.'

Ni katika mlolongo huo mzee mmoja aliyekuwa akifanya kazi ya uhasibu hapo Muhimbili alipomdokeza kuwa zilikuwepo nafasi nzuri za utunzaji wa usafi katika wodi za wagonjwa. Matonya hakusita kuandika barua ya maombi. Na aliposhauriwa 'kuongeza' uzito wa barua yake kwa kutoa 'kitu kidogo, hakushindwa kutokana na akiba ndogo aliyokuwa amejiwekea.

Wiki chache baadaye akawa mtumishi wa wakati huo lililokuwa likiitwa Shirika la Afya la Muhimbili.

Kama ilivyo ada, enzi hizo kupata kazi Dar es Salaam ilikuwa rahisi kuliko kupata chumba cha kuishi. Supa D alihangaika kwa takribani mwaka mmoja, akichangia chumba na marafiki hadi alipobahatika kupata chumba huko Magomeni Mikumi, mitaa ya bondeni.

Aliendelea kuwa mchapakazi mzuri hata yule bosi mkorofi akakosa kupata kigezo cha kumshutumu Supa D. Aliwahi kuliko mtunza ufunguo, alichelewa kutoka hadi mtunza funguo alipomfukuza. Mara mbili aliwahi kufungiwa stoo akifanya usafi, kumbe muda wa kazi umekwisha! Hali kadhalika, alikuwa akijisomea, pamoja na kuzingatia mafunzo ya kazini na, hivyo, kujikuta akipanda ngazi polepole.

Ikaja siku ambayo alipokea barua ya uhamisho wa kuwa msaidizi wa mtunzaji chumba cha maiti, kazi ngumu iliyoambatana na nyongeza kwenye mshahara wake.

Kati ya yote aliyoyatarajia maishani, Supa D au Matonya, hakupata kufikiria kuwa angeweza kufanya kazi katika chumba cha maiti. Aliisoma barua ile mara mbili huku akitafakari la kufanya. Kwa mara ya kwanza alifikiria kuacha kazi. Lakini kwa kuwa hakujua angeweza kupata wapi kazi nyingine, aidha kwa jinsi hisia zake zilivyomtuma kuwa kuacha kazi itakuwa sawa na kushindwa kazi akaamua kuifanya; kwani si inafanywa miaka yote na wanaume kama yeye? Alijifariji.

Lakini pamoja na kujifariji huko bado alichokutana nacho chumbani humo hakukitegemea. Siku ya kwanza tu ya ajira yake alilazimika kupokea maiti tatu za watu waliokufa kwa ajali. Walikuwa wanatisha kwa jinsi walivyoharibika na kutapakaa damu. Mmoja alikuwa amepasuka kichwa na, hivyo, kuufanya ubongo wake kuonekana. Mwingine alikatika kabisa miguu yote miwili na kuwa kipande tu cha mtu. Mwingine hakuwa na jeraha lolote mwilini lakini kwa jinsi alivyotoa macho na kuacha kinywa wazi, alitisha kuliko wenzake.

Ilikuwa ni wajibu wa Matonya kuwaosha, kuwarekebisha kwa kurudishia kichwa cha yule aliyepasuka, kumfumba mdomo na macho yule aliyeuachia wazi na kumtengeneza yule aliyekatika miguu, tayari kwa kuhifadhiwa katika majokofu ili ndugu zao watakapokuja wawakute katika hali inayotazamika.

Pamoja na ujabali wake wote Matonya alishindwa kuifanya kazi hiyo. Alitetemeka mwili mzima, alitapika zaidi ya mara tatu na kujikuta akiweweseka ovyo. Wenzake waliokwishaizowea hali hiyo walicheka sana na kuendelea na kazi yao. Mmoja hata alikuwa akinywa chai huku kikombe kakiweka juu ya maiti mojawapo.

Jioni hiyo Matonya aliporudi nyumbani alishindwa kabisa kula. Usiku pia alishindwa kulala. Kila alipotaka kulala alimwona yule maiti aliyetoa macho akimkodolea huku wale wengine wakiwa kando. Hadi saa sita za usiku alikuwa hajapata hata lepe la usingizi. Ndipo lilipomjia wazo. Akakurupuka kutoka kitandani, akavaa na kuiendea baa moja ya jirani ambayo ilikuwa haijafungwa. Kwa mara ya kwanza maishani mwake akatoa hela yake na kununua bia. Kwa mara ya kwanza akanywa pombe. Akalewa. Alipokwenda kulala alipata usingizi.

Kwa mbali, moyoni mwake, ile hofu juu ya maiti ilikuwa palepale. Hata hivyo aliifukuza hofu hiyo kwa kujizamisha katika mitungi ya pombe kali na kuogelea katika mabwawa ya bia. Kila alipokuja kazini alikuwa tayari amelewa na alipotoka kituo chake cha kwanza kilikuwa baa. Ulevi ambao uliambatana na ukarimu na hivyo kumfanya azidi kuwa maarufu mtaani.

Taratibu, hatimaye Supa D alijikuta amekizoea chumba cha maiti hadi nazo zikamzoea. Kupitia mapenzi yake kwa kazi yake alijikuta hajali maiti. Alizishika, hata baadhi alizikumbatia. Si hilo tu, alianza hata kuzungumza na baadhi ya marehemu. Wako ambao alicheka nao na hata kuna wale ambao aliteta nao.

Huo ndio uliokuwa mwanzo wa jina lake la Charles Matonya kutoweka na lile la Supa D kuchukua nafasi yake. Ni watu wachache sana waliokijua kirefu cha jina la *Supa D* kuwa lilimaanisha *Super Drunker,* kwa maana ya 'Mlevi Mashuhuri'.

Kiuchumi haikuwa ajira mbaya hata kidogo. Kwa jinsi binadamu wengi wanavyowaogopa wenzao mara uhai unapowatoka, kila mara alikuwa na fedha za ziada kutoka kwa ndugu, jamaa au marafiki waliohitaji msaada wa ziada wa kuandaliwa maiti wao. Wale bahili aliwatia hofu kwa kuwaonyesha maiti mbalimbali za kutisha kwa kisingizio cha kumtafuta mtu wao hadi walipotoa 'kitu kidogo.'

Siku hizi ambazo binadamu walikuwa wakiteketea kama nzige kutokana na maradhi mbalimbali, yakiongozwa na UKIMWI, wateja walikuwa wengi sana kwa Supa D. Walitoka na kuingia, kila mmoja akitaka huduma ya haraka. Hivyo, senti za matumizi hazikuwahi kumpiga chenga.

Si hivyo tu, senti nyingine zilimjia kwa njia ambazo hakutegemea. Wako wateja waliomfuata kwa minajili ya kununua viungo mbalimbali vya maiti. Wako waliotaka sehemu za siri, wako waliotaka ubongo, wako waliotaka hata maiti nzima ya mtoto mchanga. Yote haya Supa D aliyatekeleza kwa hila sana, hasa kwa kutumia miili ya marehemu wa ajali na wale ambao hawakuwa na wenyewe.

Fedha ziliendelea kumiminika. Kinywaji kikaendelea kutiririka katika koo lake.

Lakini kila siku si Jumapili. Ziko siku ambazo wateja waliadimika bila sababu za msingi. Siku hizo Supa D alitumia mbinu za ziada kuhakikisha mfuko wake unajaa. Kwa mfano, iko siku... Supa D aliwahi kuwachekesha watu baa, wakati akimwaga *offer* za bia. Baada ya muda aliuliza ghafla, "Mnadhani fedha hii ninayoinywa nimeipataje?" Hakuna aliyejibu. "Hii ya leo nimeitolea jasho," aliongeza. Kwamba jioni hiyo alikuwa hana pesa za kunywea. Na 'wateja' walikuwa adimu. Zilipofika dakika za majeruhi ndipo alitokea Mpemba mmoja bahili aliyetaka kumshughulikia marehemu ndugu yake ili amsafirishe. "Nilijitahidi kumshawishi anipe angalao shilingi elfu thelathini ili aniachie kazi ya kumwandaa marehemu, alikataa katakata na kushikilia kuifanya mwenyewe. Nikamwachia na kukaa pembeni nikichora mbinu. Ikatokea wakati fulani nilimwona kageuka upande. Kwa hila, bila yeye kujua niliinua mkono wa marehemu na kuutumia kumpiga kofi la kisogo ambalo lilimshtua sana. Alipogeuka aliuona mkono wa marehemu ukianguka kurudia sehemu yake ya kawaida, huku mimi nikijifanya sikuuona. Pamoja na ubahili wake Mpemba huyo alinipa shilingi zile elfu thelathini harakaharaka na kuniomba kuifanya kazi ile aliyoikatalia awali. Moyoni mwake aliamini kabisa kuwa amepigwa na marehemu kwa ajili ya ubahili."

Huyo ndiye Supa D, Supa D ambaye jioni ya leo alikuwa akiushughulikia mwili wa msichana ambaye katika uhai wake alijulikana kama Mona Lisa.

Supa D alibaini kuwa marehemu hakuwa mtu wa kawaida na kifo chake hakikuwa cha kawaida. Maiti ilikuwa imeletwa hapo hospitalini saa tano na robo asubuhi hiyo, ikiwa imepakiwa katika gari la wagonjwa lililosheheni pia takribani polisi wanane, watatu kati yao wakiwa na mavazi ya kiraia. Mwili wa marehemu ulipelekwa katika chumba maalumu cha uchunguzi ambako daktari wa zamu alikaa nao zaidi ya saa nne. Alipomaliza kuufanyia uchunguzi na kuandika taarifa ya uchunguzi wake ambao aliwapa polisi nakala ndipo alikabidhiwa Supa D kwa matayarisho zaidi na uhifadhi.

Mara tu alipomfunua marehemu na kukutana na sura yake, Supa D alipata hisia kuwa marehemu hakuwa mtu wa kawaida. Pamoja na kupokea maiti wa aina mbalimbali, wakiwemo wabaya na wazuri wa sura, Supa D hakupata kukutana na maiti ya mrembo kama huyu. Huyu alikuwa mzuri kuliko wazuri wote waliowahi kupita chumbani humo. Tazama sura yake inavyovutia! Tazama anavyotabasamu, hata baada ya roho yake kutoweka!

Kwa mara ya kwanza Supa D alijikuta amesahau lipi la kufanya kwa maiti huyo. Badala yake, kwa takribani dakika tano nzima, alikuwa bado kamkodolea macho; bado haamini kama anatazama maiti au binadamu hai, kama anamtazama binadamu au malaika.

Baadaye aliukumbuka wajibu wake. Akauinua mwili huo na kuulaza juu ya meza maalumu. Akauvua nguo na kuuacha kama ulivyozaliwa. Pigo lingine likakipasua kichwa cha Supa D. Haukuwa mwili wa kawaida! Kilikuwa kipande cha sanaa, iliyochorwa, ikachongwa na kisha kupuliziwa uhai! Uhai ambao sasa ulitoweka kutokana na jereha kubwa la risasi ambayo ilikitoboa kifua hicho kizuri!

Zaidi ya pombe na pesa Supa D hakupata kupenda kitu chochote kingine, wanawake ikiwa sehemu ya vitu hivyo. Ndiyo, alipata kutamani, walio hai na maiti. Lakini ilikuwa kutamani tu. Huyu alimpenda! Alitamani afufuke, amwambie jinsi alivyompenda.

"Mpenzi, yeyote aliyekuua ni mnyama, mnyama aliyelaaniwa," alijikuta akizungumza naye. "Ni mtu ambaye hafai kuishi. Wewe sio mtu wa kufa hata kidogo." Alitulia kidogo akimwangalia. "Lakini mpenzi," aliendelea. "Ilikuwaje hadi Mungu akakupendelea kimaumbile kiasi hiki? Unajua kuwa ni binadamu wachache sana wanaoukaribia uzuri wako?" Halafu akatulia tena kabla ya kuongeza, "Halafu mpenzi, nimeshakwambia kuwa nakupenda? Naomba ufahamu hivyo, tafadhali."

Wakati Supa D akizungumza hayo alikuwa akiendelea na kazi yake. Mikono yake ilikuwa ikitambaa na kuteleza juu ya mwili huo mzuri kuusafisha, huku akifarijika vilivyo na mguso huo. Alifanya kazi kwa uangalifu mkubwa na mapenzi makubwa huku akiendelea kumnong'oneza marehemu hili na lile. Aliosha masikio, macho, pua na shingo. Alisafisha damu ambayo ilianza kuganda kwenye kifua chake na kuliosha vizuri tundu la risasi, ambalo baadaye aliliziba kwa pamba. Aliuacha mkono wake uteleze juu ya tumbo hilo laini na kuishia katikati ya miguu yake. Hapo mkono wake ulitulia kwa muda na kuviachia kazi vidole vyake. "Samahani," alimnong'oneza. "Si unajua kuwa nakupenda?" Kisha alitabasamu ghafla. "Wewe ni bikira!" alisema. "Nilijua wewe ni bikira. Nilijua kuwa usingemruhusu mwanaume yeyote mwingine zaidi yangu. Nilijua..."

Ghafla, Supa D alipata hisia kuwa alikuwa akitazamwa. Akageuka. Watu wawili walikuwa wamesimama nyuma yake, kimya kama vivuli, wakimtazama. Walikuwa wanaume warefu, waliovaa suti nyeusi na miwani ya jua. Kwa kiasi fulani walimtisha Supa D, hasa kwa kutojua waliingia chumbani humo muda upi na waliingia vipi. Kama anakumbuka vizuri alikuwa amejifungia kwa ndani kabla hajaanza kazi ya kumwandaa marehemu.

Supa D alisimama kuwakodolea macho ya hofu na aibu yanayouliza bila kutoa sauti, "Sijui niwasaidie nini?"

"Endelea na kazi yako," mmojawao alijibu baada ya kusoma maswali katika macho ya Supa D. "Huyo mrembo si mtu wa kukaa chumba cha maiti. Wala si mtu wa kukaa kaburini. Muda mfupi baadaye atafufuka na kupaa angani. Endelea kumwandaa."

Supa D aliduwaa. "Nyie ni nani na mmeingiaje humu?"

"Sio kazi yako kutuuliza," mwingine alimjibu. "Wewe endelea na kazi yako. Siye tutakuwa hapa kuhakikisha unaifanya kwa usahihi."

"Lakini... Lakini..."

Kofi likatua barabara shavuni mwake. Lilikuwa kofi kali ambalo lilimtia kizunguzungu. Kofi la pili lilimfanya pombe zote zimtoke.

"Sasa utafanya kazi yako kwa adabu. Sawa?" Aliambiwa.

Huku akitetemeka aliitikia alichoambiwa.

* * *

Kama siku ilikuwa imeanza kwa maajabu basi ilimmalizikia Daktari Omari Cheka kwa maajabu zaidi.

Utaratibu waliojiwekea na mshirika wake ulikuwa wa kufanya kazi saa ishirini na nne. Hivyo, kutoka alipoingia kazini asubuhi ya siku iliyopita, alikuwa bado yuko zamu, akihudumia wagonjwa. Kwa kuwa wagonjwa walikuwa adimu kazi kubwa aliyoifanya ilikuwa kupitia magazeti yote yaliyomfikia, na wakati mwingine kuyarudia. Hiyo ilimsaidia kuufukuza usingizi.

Ikiwa tayari ni usiku wa manane kazi ya kupambana na usingizi ilikuwa ngumu kuliko hata kupambana na jibrili anapotaka kupokonya roho ya mgonjwa wake.

Usiku wa leo hospitali yao ilikuwa na mgonjwa mmoja tu, yule mgonjwa wa ajabu aliyetoa fedha nyingi na kuomba kitanda peke yake. Kutwa nzima mgonjwa huyo alikuwa amelala! Hadi sasa, usiku wa manane bado alikuwa amelala! Daktari Omari alikwenda kumtazama mara kadhaa na kumkuta akiwa anakoroma kwa utulivu. Alitamani kumwamsha ili ajadiliane naye juu ya maradhi yake. Lakini kwa mujibu wa taaluma yake, usingizi pia ni dawa. Hivyo, alimwacha aendelee kulala, naye akaendelea kusubiri; gazeti mkononi, sigara mdomoni.

"Dakta!" Sauti laini, ya mnong'ono ilimzindua. Daktari Omari alishituka na kuinua uso wake. Macho yake yalikutana na sura ya kike iliyokuwa ikimwangalia kwa tabasamu jepesi. Ilikuwa sura nzuri, ya kuvutia, pengine kuliko sura zote nzuri ambazo Daktari Omari alipata kuziangalia katika maisha yake yote. Umbile lake pia lilikamilika. Kiuno kilicho katika kike kabisa na kukifanya kiwe daraja baina ya kifua kilichojaa na mapaja yaliyojaza, kilimfanya Daktari Omari ahisi kuwa alikuwa hamtazami binadamu wa kawaida. 'Kama sio jini huyu ni malaika!' aliwaza, akiwa ameduwaa wima.

"Dakta, mbona hunikaribishi? Mimi ni mgeni wako," mgeni huyo alihimiza.

"Ka - ri - bu!" Omari alijikongoja kutamka. "Karibu kiti, tafadhali."

"Sikai," msichana huyo alisema taratibu. "Nimepata taarifa kuwa mzee wangu amelazwa hapa kwako. Nimekuja kumwona mara moja."

"Mgonjwa wako! Anaitwa nani?"

"Sharif Mkono wa Birika."

"Ameletwa lini?"

"Leo alfajiri."

"Yupo," Daktari Omari alijibu. "Lakini amelala. Kwa nini usimwone kesho asubuhi?"

"Ni muhimu nimwone leo dakta," mgeni huyu alisisitiza.

"Kesho nitakuwa safarini. Na siwezi kuondoka bila kujua hali yake."

Hakuwa msichana wa kukataliwa ombi lolote lile. Sauti yake ilishawishi, macho yake yalilazimisha. "Ngoja nikaone kama anaweza kukuona," Daktari Omari alisema. "Nimwambie unaitwa nani?" Aliuliza.

"Mona."

"Mona?"

"Mona Lisa."

Daktari aligeuka na kuanza kuondoka. Hivyo, hakuiona bastola kubwa, ambayo ilichomoza ghafla na kumlenga kisogo. Kilichomshangaza ni maumivu ya ghafla, ya risasi iliyopenya kifuani hapo na kukifumua kabisa kichwa chake. Aliduwaa kwa sekunde moja, akitamani kugeuka ili amtazame muuaji wake. Hakufanikiwa, sekunde ya pili alikuwa tayari akidondoka kama kiroba huku ubongo wake uliochanganyika na damu ukimfumka na kutembea sakafuni.

Mlio wa pili wa risasi ulifuatiwa na kuzimika kwa taa za umeme katika jengo zima na kiza tororo kuchukua nafasi yake. Wakati huohuo ving'ora vya magari ya polisi vilisikika ghafla huku na huko katika eneo hilo. Tangu aliposikia vishindo vya kike vikiingia katika chumba cha Daktari Omari, Joram Kiango tayari aliinuka na kukiacha kitanda chake. Alinyata taratibu hadi nyuma ya mlango ambapo aliweza kuyasikia maongezi baina ya Daktari na mgeni huyo. Yalikuwa maongezi ya kushangaza. Mgeni alijiita Mona *Lisa*! Mona Lisa ambaye sasa ni marehemu kwa takribani saa ishirini na nne! Bastola yake ikiwa tayari mkononi, Joram

Kiango aliusogelea mlango na kutafuta upenyo ili aweze kuchungulia na kumwona mgeni huyo.

Ni wakati akiwa katika jitihada hizo mlio wa bastola kubwa uliposikika ghafla na kufumua kichwa cha Daktari Omari. Joram Kiango alichupa angani kutoka mlangoni hapo. Hata kabla hajatua sakafuni bastola yake ilikwishalenga na kulipua taa ya umeme chumbani humo, kitendo kilichofuatiwa na umeme kukatika nyumba nzima. Alijibiringisha tena hadi dirishani ambako alilifungua taratibu na kuchupa hadi nje. Huko alitambaa taratibu kufuata uchochoro wa nyuma la jengo hilo.

Ving'ora vya polisi vilivyofuatia milipuko ya bastola zile ilimshangaza zaidi Joram. Polisi! Wako hapa kufanya nini? alijiuliza akizidi kujichimbia katika uchochoro huu.

Toka alipokuja hapa alfajiri ya jana yake na kujisingizia ugonjwa kwa jina la bandia, Joram aliamini kuwa si kwamba kuna mtu ambaye angeweza kujua kuwa yuko hapo tu, bali hata *kufikiria* kuwa anaweza kuwa hapa. Hivyo, kitendo cha mwanamke kutokea saa kama hizo, akimtafuta kwa jina la bandia aliloandikisha, huku mwenyewe akijiita Mona Lisa, kilimshangaza sana. Aidha, kuwepo kwa polisi katika eneo hilo kulimshangaza zaidi.

Maswali yalikuwa mengi kuliko majibu. Joram hakuona kama muda huo ulimtosha kuketi kuyatafuta, akiwa eneo la hatari kama hilo. Aliendelea kunyata toka uchochoro hadi uchochoro, nyumba hadi nyumba; hadi akawa ameiacha hospitali kwa mita mia tatu au zaidi.

Uchochoro aliokuwa ameufuata ulimfanya atokee Barabara ya Morogoro. Mara moja aliyaona magari mawili ya polisi yakiwa yamesimama na askari kama wanne au zaidi wakipita huku na huko, bunduki mikononi, katika hali ya hadhari kubwa. Polisi hawa walikuwa katika mkao wa kuua kwanza na kuuliza maswali baadaye. Joram hakuwa tayari kufa ili ajieleze baadaye. Taratibu, kama kivuli, akaurudia uchochoro wake na kupenya hapa na pale kuelekea upande mwingine.

Kitongoji cha Manzese kikiwa kimejaliwa vichochoro lukuki, haikuwa kazi kubwa kwa Joram Kiango kupenya hadi kuifikia barabara iendayo Mabibo. Alichungulia kwa makini kabla ya kujitokeza barabarani. Kwa mara nyingine uangalifu wake ulimwokoa. Polisi wawili, wenye silaha walikuwa wamesimama hatua kadhaa mbele yake. Mmoja alikuwa akizungumza katika *radio call,* mwingine akivuta sigara.

Joram alikuwa amechoka kuishi vichochoroni. Juu, akiwa amevaa lile koti kuukuu ambalo alilitumia kumlaghai Daktari Omari, na ndevu za bandia zenye mvi, baragashia kichwani, aliamini angeweza pia kuwalaghai polisi hao. Akajitokeza mtaani kwa mwendo wa mzee wa miaka hamsini na kuwasogelea polisi hao.

"Simama!" Askari mmoja alitoa amri huku amemwelekezea bunduki. Yule aliyekuwa akizungumza katika redio pia aliacha na kujiunga na mwenzake kumkabili Joram Kiango.

"Weka mikono yako juu!"

Joram alitii.

"Wewe ni nani, unatoka wapi na unakwenda wapi saa hizi?" Mmoja wao aliuliza maswali kwa mfululizo mara walipomfikia.

"Naitwa Sharif Mkono wa Birika," Joram aliwajibu

"Unatoka wapi?"

"Nyumbani."

"Unakwenda wapi?"

"Nyumba ndogo."

Polisi mmoja alicheka. Mwenziwe alimkazia Joram Macho ya mashaka. "Nyumba ndogo! Huo ni uzinzi mzee, umemuaga vipi mkeo?"

"Ah... nimemwambia nawahi swala ya alfajiri," Joram alijieleza.

"Una kitambulisho chochote?" Polisi yule alisisitiza.

Joram akacheka. "Kitambulisho! Nitakipata wapi mie? Biashara yangu genge la nyanya, miaka nenda rudi," aliwajibu.

"Basi mzee, leo una bahati mbaya. Hutalala nyumbani kwako wala hutafika nyumba ndogo. Utalala polisi."

"Kwa nini?"

"Tuna amri ya kumkamata mtu yeyote anayetia mashaka katika eneo hili, usiku wa leo. Wewe huna kitambulisho, halafu huna hoja ya msingi ya kutembea usiku."

Joram alijifanya kaduwaa.

"Sogea hapa!" Polisi alitoa amri. "Na endelea kuiweka mikono yako juu!" Aliamuru na kumsogelea ili kumkagua. Aliiweka bunduki yake katikati ya magoti na kuipeleka mikono yake katika mifuko ya suruali ya Joram.

Kosa! Polisi huyo hakujua alipigwa na nini. Alihisi kitu kama nyundo kikiangukia upande mmoja wa kichwa chake na kumfanya aanguke chini kama mzoga. Polisi wa pili aliduwaa. Hata kabla hajajua afanye nini teke la punda lililompata barabara shingoni lilimfanya apepesuke. Teke la pili lilimmaliza. Yeye pia alianguka kama mzoga, juu ya mwili wa mwenziwe, fahamu zikiwa zimemtoka.

Dakika iliyofuata Joram alikuwa hatua elfu moja na moja nje ya eneo hilo, akifuata njia na vichochoro vya mkato kuelekea Mabibo na baadaye Mburahati.

Mburahati, Joram aliikuta baa moja yenye kibali cha kukesha ikiendelea kuhudumia wateja wachache waliokuwepo. Aliketi kuagiza *club soda* baridi ambayo ilimsaidia kukata bia. Soda ya pili aliinywa kwa kuichanganya na toti mbili za konyagi. Ilipotimu saa tisa za usiku aliiendea moja ya teksi chache zilizokuwa zikisubiri abiria nje ya baa hiyo.

"Nifikishe *town*," alimweleza dereva.

"*Town* ipi?"

"Twende tu nitakueleza."

Waliifuata Barabara ya Kigogo, wakaingia llala, Kariakoo na kuishia Mnazi Mmoja ambako Joram alishuka na kumlipa dereva huyo ujira wake. Kisha alianza kukata mitaa kwa miguu, akichukua kila hadhari kuwa hakuna mtu anayemfuata wala kumfuatilia. Alipenya zaidi ya mitaa saba kabla ya kuifikia hoteli ya *New Africa* ambako alibahatika kupata chumba cha bei mbaya, baada ya kujieleza sana kwa karani ambaye awali alimtilia mashaka.

"Jina lako, mzee?" karani wa mapokezi alihoji akinukuu katika fomu zake."Kondo Mtokambali."

"Kabila?"

"Mtanzania."

Karani huyo alimtazama kwa mshangao. "Mtanzania ni kabila, mzee?"

"Si umeniuliza kabila? Mimi ni Mtanzania. Andika kama nilivyokueleza," Joram alimwamrisha.

"Unakotoka?"

"Dar es Salaam."

"Unakokwenda?"

"Dar es Salaam,"

Na kadhalika na kadhalika. Muda mfupi baadaye Joram Kiango akawa katika chumba kikubwa, safi chenye kila hitaji muhimu; bafu na vyoo vya ndani kwa ndani, televisheni kubwa, kitanda kipana na sofa pana za kukalia. Aliwasha mashine ya kurekebisha hewa, kabla ya kuvua nguo zake na kwenda bafuni ambako alioga vizuri, akapaka *lotion* na kuzichana nywele zake. Kisha aliingia katika jitihada ya kuzisafisha nguo zake ambazo ndio kwanza aliona zilivyochakaa kutokana na purukushani za vichochoroni. Baada ya kulikamilisha jukumu hilo ndipo alipowasha televisheni na kukiendea kitanda ambako alikusudia kujilaza kwa nusu saa tu kabla ya kuamka na kuiacha hoteli hiyo.

Hakujua kama lepe la usingizi lilikuwa limempitia au la. Kilichomzindua ni mlio wa simu ya chumbani humo. Aliitazama kwa mshangao. Kisha akaitazama saa yake, kumi na moja na robo alfajiri! Alikuwa amelala kwa takriban saa nzima bila kujua.

Simu iliendelea kulia. Joram aliitazama kwa mshangao. 'Watumishi wa hoteli hii wana kichaa?' alijiuliza. Alfajiri yote wanamtakia nini, wakati ndio kwanza tu ameingia? Akainua mkono wake na kukwunyua mkonga wa simu hiyo?

"Nani," alikoroma.

"Samahani mzee," ilikuwa sauti ya yule karani aliyempangisha. "Kuna mgeni wako hapa mapokezi. Amesema unamtarajia. Kwamba lazima akuone mara moja."

"Mgeni wangu!" Joram alihoji kwa mshangao. "Amekwambia anamhitaji nani?"

"Ametaja jina lako mzee," alijibu. "Amesema Kondo Mtokambali. Hata namba ya chumba chako alikuwa ameikariri."

Joram akazidi kushangaa.

"Ni mwanamke au mwanaume?"

"Msichana, mzee."

"Amekuambia anaitwa nani?" Joram alihoji tena.

"Anaitwa Mona Lisa..."

Joram hakuyaamini masikio yake. 'Mona Lisa, tena! Marehemu! Ni kitu gani hiki kinachotokea?' alijiuliza. 'Ujio wa kwanza wa mtu aliyejiita Mona Lisa ulisababisha maafa makubwa muda mfupi tu uliopita pale Manzese. Ujio huu wa pili utazua lipi?' Alijiuliza tena, hasira zikianza kumpanda, hasira za kuishi gizani, bila kujua kinachoendelea, huku ukiwa umebebeshwa zigo zito ambalo hujui namna ya kulitua.

"Vipi mzee? Nimwambie aje?" Sauti upande wa pili ilimzindua.

"Erh... Ndiyo... Hapana. Ngoja nizungumze naye," Joram alisema.

Sauti iliyofuatia katika simu ilikuwa ya kike. Sauti nzuri, sauti nyepesi, sauti ambayo Joram aliifahamu sana na aliipenda sana. Ilikuwa sauti ya Mona Lisa!

"Joram, lazima nikuone mara moja, tafadhali. Nije au unakuja?"

"Mona! Mbona sikuelewi?"

"Utaelewa tu, nakuja," ilijibu sauti hiyo, ikifuatiwa na kukatika kwa simu.

Joram alivaa harakaharaka. Akaichukua bastola yake na kuikagua. Risasi moja tu ilikuwa imetumika. Akaiweka katika mifuko yake ya siri. Baada ya hapo aliliendea dirisha na kuchungulia kwa makini huku masikio yake yakiwa kazini kunasa sauti yoyote isiyo ya kawaida.

Kama alivyotegemea Joram aliliona gari moja, teksi ikisimama mbele ya hoteli hiyo. Ilikuwa na abiria wawili ambao walishuka na kufungua boneti ya gari hilo kwa namna ya watu walioharibikiwa. Kwa jinsi walivyopaki gari hilo bila tatizo lolote, na kwa jinsi walivyokuwa wakiutazama mlango wa hoteli kwa hila, mara kwa mara, Joram alijua fika kuwa walikuwa na jukumu maalumu, jukumu ambalo halikuwa jingine zaidi ya kuua. Gari la pili lilifika na kusimama mlangoni. Abiria watatu walishuka na kuingia hotelini. Gari likaondoka.

Joram alihitaji sana kukutana ana kwa ana na kiumbe huyo ambaye tayari amemtokea mara mbili akijiita Mona Lisa. Alihitaji kupata jibu la kitendawili hiki, cha mtu ambaye amekufa mbele ya macho yake kumtokea, tena akiwa mafichoni. Ndiyo, alihitaji kumwona ili kama ni aina fulani ya fumbo, au aina mojawapo ya tamthilia, ifikie tamati. Lakini zaidi ya jibu la fumbo hilo Joram aliupenda uhai wake. Alikuwa na hakika kuwa watu walioingia hotelini humo, na wale waliobakia nje kwa kisingizio cha kutengeneza gari walikuwa wajumbe wa kifo. Ama waliihitaji roho yake, ama ya huyo binti anayejiita Mona Lisa.

Akiwa tayari amechoka kuwa mkimbizi katika nchi yake mwenyewe, Joram alifikia uamuzi wa kushambulia kabla hajashambuliwa. Mona Lisa au yeyote anayejiita Mona Lisa anaweza kusubiri, aliwaza akinyata kuendea dirisha ambalo alilifungua taratibu na kisha kuchupa nje. Kwa kutumia vidole vyake vya mikono na miguu alitambaa na ukuta hadi chini ambako alitua katika kichaka cha maua. Huko alitumia lango la uwani ambalo alilifungua na kutokea barabarani.

Risasi ya kwanza ilisikika wakati akivuka barabara. Ilifuatiwa na mlipuko wa bomu ndani ya hoteli hiyo uliofanya vioo vivunjike ovyo. Joram hakurudi nyuma. Alilifuata gari lile kwa kasi.

Sura ya Tano

KWA Inspekta Haroub Kambambaya alfajiri hiyo ilikuwa mbaya, ya kutisha na inayosikitisha kuliko alfajiri nyingine zote alizowahi kuishi katika uhai wake. Labda angeweza kuifananisha alfajiri hii na ile ya miaka kumi na sita iliyopita, wakati huo akiwa mwanafunzi wa kidato cha sita katika shule ya Mzumbe, mkoani Dodoma. Alikuwa katika likizo fupi, akijiandaa kwa mtihani wake wa mwisho, likizo ambayo aliitumia kukaa na mama yake mzee katika kimojawapo cha vijiji vya Shinyanga. Akiwa mtoto wa mwisho, asiye na ndugu, baada ya dada zake wawili na kaka zake wanne kufa kwa maradhi mbalimbali utotoni, baba yake pia akiwa marehemu tangu alipokuwa akitambaa; mama yake, binti Kaundime, alikuwa kila kitu kwake. Alikuwa bibi, babu, mama, kaka, dada na zaidi ya yote rafiki. Waliishi kwa mapenzi makubwa na kuridhika kwa chochote walichokipata kutokana na jasho la mama huyu katika kijishamba chake cha mahindi.

Binti Kaundime alijinyima kila kitu na kujidhiki kwa kila hali ili kumpatia mwanawe huyo wa pekee elimu. Kwa upande wake, Haroub hakuwa kipofu wa hali hiyo. Alifanya kila jitihada katika masomo yake ili apate elimu ya kutosha, ambayo ingempelekea kupata mshahara wa kutosha, ili aweze kuchukua jukumu la kumlea mama huyu.

Hivyo, alfajiri ile, akiwa na hakika kuwa safari ya kutafuta uhakika wa maisha ilikuwa inafikia ukingoni, aligutushwa kutoka usingizini na kelele za watu walioizingira nyumba yao. Baadhi walikuwa wakiimba nyimbo za kuwalaani wanga, baadhi wakitukana kwa sauti huku wengine wakipiga milango na madirisha yao kwa miguu, mawe na magongo. "Toka nje mchawi wewe. Toka upesi, zako zimefika leo," mtu mmoja alisikika akisema.

Kwanza Haroub hakuelewa kinachoendelea. Alipotoka chumbani kwake na kumfuata mama yake kwake alimkuta amejiinamia akilia kwa kwikwi.

"Kuna nini mama?" Aliuliza.

Mama yake alipomtazama alizidi kulia. Akainuka na kumkumbatia mwanawe huku akisema kwa sauti ya dhiki, "Kwaheri mwanangu. Nimekulea, nilitegemea unilee. Shetani ametushinda nguvu. Kwaheri ya kuonana."

"Kwani kuna nini mama?" Haroub aliuliza.

Mama yake akamtazama kwa mshangao. "Kwani hujaelewa?" Alimuuliza. "Hao watu wanakuja kuniua."

Haroub hakuyaamini masikio yake. "Unasemaje?... kwa nini?" Alihoji.

"Siku zote wamekuwa wakidai kuwa mimi ni mchawi. Wanadai kuwa mimi ndiye niliyemuua baba yako na wanangu wote waliotangulia. Majuzi amefariki mtoto wa jirani yetu mmoja ambaye tuliwahi kugombea mpaka wa shamba. Naamini ni yeye aliyewatuma kwa kudhani kuwa nimehusika na kifo cha mtoto wake. Haroub baba, ningekuwa mchawi kweli ningeshindwa kukuarifu wewe mwanangu?"

Kabla Haroub hajajua afanye nini, ajibu nini mlango wa mbele ulipigwa jiwe kubwa lililofanya ufunguke.

Ulifuatiwa na moshi mkubwa ulioashiriwa kuwa nyumba yao tayari ilikuwa imechomwa moto. Wakati huo huo kundi kubwa la watu waliofunika nyuso zao kwa matambara liliingia ndani na kuwatenganisha yeye na mama yake. Alijaribu kupigania roho ya mama yake kwa nguvu zake zote, lakini mikono yake ilikuwa dhaifu sana mbele ya umati huo wenye mikono iliyokakamaa kwa uhalifu. Alibururwa nje na kutupwa chini, ambako alishuhudia mpenzi mama yake akipigwa kwa michi, mawe na magogo hadi akakata roho. Alishuhudia pia mama yake akimwagiwa mafuta ya taa na kuchomwa moto kabla ya watoa hukumu hao kuondoka zao huku wakiimba nyimbo za kujisifia.

Baada ya watu hao kuondoka ndipo majirani walipofungua milango yao na kumzoa Haroub ambaye alikuwa ameteguka mkono na kuumia mbavu katika purukushani hizo. Baadhi ya majirani walikimbilia polisi kutoa taarifa, taarifa ambayo haikuzaa matunda yoyote zaidi ya kuruhusu mwili wa marehemu uzikwe na ahadi ya, "upelelezi unaendelea."

Ni tukio hilo lililomfanya Haroub Kambambaya afikie uamuzi wa; 'Nitakuwa polisi! Daima nitapambana na wahalifu wa aina zote na kuwatokomeza.'

Alirejea shule na kufaulu vizuri masomo yake. Alijiunga na Chuo Kikuu cha Dar es Salaam na kusomea shahada ya sheria. Alipohitimu alikuwa miongoni mwa wasomi wachache wa awali walioona umuhimu wa kujiunga na jeshi la polisi.

Akiwa askari shupavu mkakamavu na mwadilifu alijikuta akipanda cheo baada ya cheo hadi majuzi alipoteuliwa kukalia kiti hiki, ambacho uteuzi wake ulifanywa na Rais wa Jamhuri ya Muungano wa Tanzania, cheo ambacho madaraka yake yaliwiana na yale ya Kamishna Mwandamizi wa Polisi au Mkuu wa Majeshi, ingawa kinafichwa kwa pazia la uinspekta. Naam, cheo ambacho kilimfanya akalie kiti hiki "cha moto," ambacho alfajiri hii alianza kuuonja.

Kufuatilia kwake nyendo za Joram Kiango ili aweze kuelewa kilichotokea pale hoteli ya *Comfort* na kusababisha kifo cha yule msichana mrembo, Mona Lisa, Kambambaya alichukua hatua kadhaa madhubuti kwa lengo la kumtia mikononi Joram Kiango.

Akiwa kingunge wa kitengo, Kambambaya alikuwa na siri nyingi ambazo wasaidizi wake wa karibu hawakuzifahamu. Moja ya siri hizo ni ile ya kujua namba ya simu na jina la bandia ambalo Joram Kiango alikuwa akitumia katika simu zake za mkononi. Akiwa na namba mbalimbali katika makampuni ya *CELTEL, MOBITEL,* na *VODACOM,* huku akizungumza au kuandika ujumbe wa maandishi kwa namna ya mafumbo, haikuwa kazi rahisi kuzinasa simu hizo. Hata hivyo, wataalamu wa sauti waliwahi kushirikishwa kuthibitisha kuwa huyo hakuwa mwingine zaidi ya Joram Kiango.

Hivyo, lilipotokea hili, na Joram kutoweka, Kambambaya aliitega mitego yake yote. Mmoja wa mitego hiyo ilifyatuka na kuinasa sauti yake pale alipotuma ujumbe wa maandishi kwenye namba fulani ambayo bila shaka iliorodheshwa kwa jina jingine la bandia. Kambambaya isingemchukua muda mrefu kumjua mtu huyo, lakini maadamu kwa sasa alichohitaji ni kumpata Joram Kiango mwenyewe, alichofanya ni kuwasiliana na kampuni ya simu iliyotumiwa ili kujua eneo ambalo ujumbe huo ulitokea.

Lilikuwa eneo la Manzese, lenye maelfu ya watu, maelfu ya majumba na maelfu ya vichochoro visivyo na mpangilio, eneo ambalo halina jina la mtaa wala namba za nyumba. Lakini hayo hayakumkatisha tamaa Kambambaya. Alitumia timu ya vijana wake sita, kuungana na polisi wa kawaida sitini, kulizingira eneo hilo usiku kucha na kumhoji kila atakayetiliwa mashaka hadi Joram Kiango atakapopatikana, operesheni ambayo aliichukulia kuwa ndogo sana na ya kawaida kabisa, hadi pale alipoamshwa usingizini na kupewa taarifa ya kuuawa kwa polisi wanne waliokuwa katika jukumu hilo.

Hakuyaamini masikio yake. "Wameuawa?" Alinguruma katika simu yake ya mkononi, "Wameuawa vipi?... Nani kawaua?"

"Haijafahamika, afande. Ndio kwanza nafika katika eneo la tukio. Tuko katika vichochoro fulani, hatua kama mia moja hivi kutoka darajani. Inaonyesha..."

"Nakuja!" Kambambaya alisema akichupa kutoka kitandani. Alivaa shati na suruali ya karibu juu ya mavazi yake ya ndani, akaichukua bastola yake na kuitupia mfukoni. Dakika mbili baadaye gari lake lilikuwa likitafuna lami, kutoka Masaki kuelekea Manzese.

Alimkuta msaidizi wake, Chaku Chikaya, akimsubiri chini ya daraja, akiwa miongoni mwa askari wa kawaida wanne, wenye silaha. Chikaya akiwa mtu aliyekabidhiwa operesheni hii alimweleza Inspekta kwa tuo tukio zima lilivyokuwa.

"Marehemu hawa walikuwa na jukumu la kulinda vichochoro vyote vilivyotokea katika barabara kuu. Walikuwa wakitembea wawiliwawili. Inaonekana kama walioingia kwa bahati mbaya katika mtego wa adui. Askari waliokuwa mbali kidogo ya eneo hili walisikia milio ya risasi ikilipuka ghafla tu. Walipokuja eneo la tukio walikuta miili ya wenzao ikiwa imedondoka chini. Hawakumwona mtu wala kusikia mtu akikimbia. Ni wazi kuwa yeyote aliyefanya mauaji haya bado yuko katika eneo hili. Kwa ajili hiyo nimeongeza ulinzi na kupanua wigo."

Kambambaya alitikisa kichwa kuunga mkono hatua hiyo, "Walisikia mlio wa bunduki aina gani?" alihoji.

"AK-47, mzee."

AK! Kambambaya alishangaa. Ile bunduki hatari iliyogunduliwa na Mrusi, Kalashnikov, kwenye vita kuu ya pili ya dunia!' Basi hii ni vita! aliwaza.

Chikaya alimwongoza hadi mahala ilipokuwepo miili ya marehemu. Walilaliana wawiliwawili, baadhi wakiwa wameziangukia silaha zao, mmoja silaha yake ikiwa mkononi kama anayejiandaa kufyatua. Haikuhitaji utaalamu wowote kubaini kuwa kifo kiliwakuta marehemu hawa bila ya wao kutegemea. Ama walivamiwa ghafla, au waliingia katika mtego wa mauti.

Kuiona miili ya vijana hao wasio na hatia, kuliamsha hasira katika nafsi ya Kambambaya. 'Nani aliyewaua?... Kwa nini amewaua?... Afanye nini kuwapata haraka wahalifu hawa ili wafikishwe mikononi mwa sheria?' Alijiuliza harakaharaka, swali baada ya swali, maswali ambayo yeye binafsi hakutegemea majibu yake yawe karibu kiasi hicho, jambo lililozidi kumpandisha hasira.

Kiasi fulani hasira hizo ziliambatana na hofu, si hofu ya kujua kuwa mahala fulani, katika mtaa fulani, kuna mtu au watu hatari, wenye silaha hatari, ambao wanaweza kuwaua polisi wanne bila kigugumizi chochote. Ndiyo, hilo lilimtisha, lakini hofu nyingine ilikuwa juu yake binafsi. Hatua yake ya kuamua kumwinda Joram Kiango kwa nguvu nyingi kiasi hiki ilionyesha kuwashangaza na kutoungwa mkono na wasaidizi wake. Wanavyomjua Joram hawakuona kama ni mtu wa hatari kiasi hicho, wengine hawakuona umuhimu. Lakini maadamu yeye alikuwa na madaraka, alilotaka liwe, likawa. Hivyo, sasa ilimtisha kwa kutojua atauambia nini umma wa Watanzania umwelewe; kwamba Joram Kiango alishukiwa kuua msichana hotelini! Kwamba kwa ajili hiyo alituma kikosi kikubwa cha askari kumtafuta! Kwamba katika purukushani hizo askari wanne wameuawa kinyama! Nani atamwelewa? Nani atamsikiliza?

Wakati akiwaza hayo Kambambaya alikuwa akiendelea na uchunguzi wa eneo hilo. Akiongozana na Chikaya, na askari wengine wawili, walipita uchochoro hadi uchochoro, wakiikagua nyumba baada ya nyumba. Ikiwa alfajiri ya siku ya kazi, baadhi ya wakazi wa eneo hilo walianza kuamka. Walishangazwa kuona mitaa yao ikiwa 'imevamiwa' na polisi wenye dalili za madaraka makubwa. Kambambaya hakutaka kuwabughudhi raia kwa wakati huo. Aliwahoji wawili watatu, maswali mawili matatu, lakini wote walionekana kama wanaoulizwa, 'Wewe ni mwanamume?' wakati anajiona ni mwanamume au 'Wewe ni mwanamke?' wakati kila mtu anaona kuwa ni mwanamke. Kambambaya aliachana nao na kuendelea na uchunguzi wake.

Uchochoro mmoja uliwafanya watokee kwenye hosiptali ya Daktari Omari. Alishangazwa na umati wa watu walioukuta ukiwa umeizingira hospitali hiyo, kila mmoja akiwa anatokwa na machozi ya hofu.

"Kuna nini hapa?" alihoji.

"Daktari ameuawa," mmoja wa majirani alimjibu.

"Dakta yupi?"

"Dakta Omari, mwenye hospitali hii. Wagonjwa waliokuja kupata sindano za masaa wamemkuta akiwa amelala kifudifudi, tundu kubwa likivuja damu toka kisogoni mwake."

Kambambaya hakusikiliza zaidi. Alipenya umati huo wa watu hadi ndani. Mwili wa Daktari Omari ulikuwa bado umelala sakafuni, katikati ya mlango wa kutokea ofisini kwake kuelekea wodini. Risasi iliyomuua ilikuwa imemfumua kisogo na kupotelea katika ubongo wake ilikuwa tayari imeganda na kufanya kichwa chake kiungane na sakafu.

Kambambaya alitupia macho mezani. Majalada, vitabu, magazeti na vikorokoro vingine vya kiganga vilikuwa katika hali ya mpangilio mzuri. Viti na meza pia vilikuwa katika utaratibu wake maalumu, hali ambayo ilimfanya apate hisia kuwa kifo kilimkuta marehemu bila purukushani yoyote.

"Mzee unaona pale?" Msaidizi wake mmoja alimzindua. Kambambaya akamtazama. Kisha akayafuata macho ya askari huyo yalikoelekea. Yalikuwa yakitazama ukuta mmoja uliokuwa na tungu dogo ambalo lisingekuwa limesababishwa na kitu kingine zaidi ya risasi. Kambambaya alitoa kisu chake na kukipenyeza ndani ya tundu hilo. Baada ya kuchokonoa kwa muda risasi kubwa ilidondoka. Akaiokota na kuitazama. Kama alivyotegemea, ilikuwa ya bastola .45, ambayo mara nyingi hutumiwa na maafisa wa polisi na jeshi pekee.

Risasi ukutani! Kambambaya aliwaza. Ilikuwa ya onyo au mpigaji alikosa shabaha? Kwa jinsi mwili wa marehemu ulivyokuwa Kambambaya hakuona kama muuaji alihitaji kumtisha au kukosea shabaha!

Aliirudia meza na kuanza kupekua majalada hadi alipopata lile ambalo alikuwa akilitafuta, jalada lenye kumbukumbu ya wagonjwa wote walioingia na kutoka siku hiyo. Alilipitia jina kwa jina, akitazama aina ya maradhi yaliyowaleta, umri na taarifa nyinginezo. Wengi hawakuwa watu wa kutilia shaka. Majina yalikuwa ya kawaida, magonjwa ya kawaida. Lakini alipochukua jalada la wagonjwa walioelezwa na kukutana na mgonjwa mmoja tu mwenye jina la ajabuajabu mara moja alijikuta akisisimkwa na mwili wake:

Sherif Mkono wa Birika!

Miaka sitini na mitano!

Maradhi yasiyoeleweka!

Vipimo baadaye!

Kambambaya alipiga hatua za harakaharaka kukiendea chumba cha wagonjwa waliolazwa. Kama alivyotegemea alikuta chumba hicho kikiwa tupu.

"Joram alikuwa hapa," alinong'ona akimwelekea Chaku Chikaya. "Amelala katika chumba hiki. Tumechelewa sana. Tayari ametoweka tena."

Chikaya hakumwelewa bosi wake. "Umesema Joram, afande? Una hakika?" alimuuliza.

"Bila shaka!" Kambambaya alimjibu. "Na kwa namna moja au nyingine anahusika na mauaji haya. Sasa umuhimu wa kumpata ni mkubwa zaidi na wa haraka zaidi. Lazima apatikane katika saa ishirini na nne zijazo," aliamrisha.

Wakati huo ikikaribia saa kumi na mbili za asubuhi, uwanja wa hospitali hiyo ulikwishafurika watu.

Minong'ono ya hapa na pale iliendelea na, hivyo, kuzidi kuvuta watu wengine. Kambambaya alitoa maelekezo kwa wasaidizi wake, "Eneo hilo lifungwe; taratibu za kawaida, ikiwa pamoja na kuchukuliwa alama za vidole na ripoti ya daktari zifuatwe."

Kisha alilirudia gari lake ambalo lilimpeleka nyumbani kwake ambako alioga, akavaa mavazi yake rasmi, akanywa kikombe chake cha kahawa chungu, kisha akarejea ofisini kwake.

Kwa muda fulani Kambambaya aliduwaa ofisini, akiwa ameiinamia meza yake. Hakujua aanzie wapi, aishie wapi katika kulitafakari suala hili lililojaa utata, suala ambalo lilianza na kifo cha msichana mmoja tu hotelini, likafuatiwa na kutoweka kwa mtuhumiwa nambari moja na sasa tayari askari wanne na daktari mmoja ni marehemu.

Msaidizi wa ofisi yake alimletea kahawa nyingine ambayo aliinywa. Alipoingia tena alimletea jalada lililokuwa na taarifa ya daktari aliyeufanyia uchunguzi mwili wa marehemu aliyeuawa katika hoteli ya *Comfort*.

Kambambaya alikuwa na mzigo mzito kichwani mwake zaidi ya jalada hili. Alikuwa na jukumu zito la 'kuhalalisha' vifo vya askari wale wanne na daktari wa Manzese. Ulikuwa wajibu wake, tena wa haraka, kupata ufumbuzi au kiini cha mauaji hayo. Aidha, jukumu la kumnasa au kuwanasa wahalifu kwa kiasi kikubwa lilikuwa mabegani mwake. Kila dakika iliyopotea, kabla ya kupiga hatua yoyote katika hayo, ilimtisha zaidi. Hata hivyo, kutokana na ukweli kuwa msichana yule, ambaye hata jina lake lilikuwa halijafahamika, alikuwa wa kwanza katika mlolongo huo wa vifo, Kambambaya alijikuta hana jinsi, isipokuwa kulisoma jalada hilo kwa tuo.

Taarifa ya daktari ilikuwa na kurasa tatu zilizoandikwa kwa mtindo wa kitabibu. Juu ya ripoti hizo ziliambatanishwa picha kadhaa za marehemu zilizopigwa na polisi. Mojawapo ya picha ilimvutia Kambambaya kiasi cha kufanya aamue kuiweka chini taarifa ya maandishi na kuzikodolea macho.

Alikuwa amesikia wasaidizi wake wakizungumzia uzuri wa msichana huyo aliyeuawa. Hakuwa amefikiria kuwa alikuwa mzuri kiasi hiki! Picha hii ikiwa imeandaliwa katika hali ya kumfanya msichana huyo asionekane kuwa amekufa, marehemu alikuwa amevalishwa nguo na kuketishwa kwenye kochi, macho yakiwa yamefumbuka. Alionekana msichana mzuri sana, ambaye hakustahili kufa kifo cha kinyama kiasi kile. Picha nyingine zilipigwa kabla hajaguswa, zikionyesha alivyolala chali kitandani, tundu la risasi kifuani, kitu kama tabasamu mdomoni. Nyingine, bila shaka iliyopigwa Muhimbili, ilimwonyesha akiwa mtupu kama alivyozaliwa. Isipokuwa kwa tundu la risasi lililoutia dosari mwili huo, ulikuwa mwili pekee, ambao Kambambaya hakupata kufikiria kama binadamu wa kawaida angeweza kuwa nao.

Baada ya kuzitazama kwa makini picha hizo Kambambaya aliirudia taarifa ya daktari. Kwanza aliisoma harakaharaka. Baadaye aliirudia taratibu, akitafakari kipengele baada ya kipengele.

JINA:	*Halijafahamika.*
UMRI:	*Kati ya miaka ishirini hadi ishirini na mitatu.*
JINSIA:	*Mwanamke.*
MUDA WA KIFO:	*Kati ya saa saba hadi saa tisa usiku.*
SABABU YA KIFO:	*Kutokwa na damu nyingi katika tundu lililotoboa moyo.*

MAELEZO MENGINE: *Marehemu alikuwa mtu mwenye afya nzuri kabla ya kifo chake. Isipokuwa kwa harufu ya mafuta ya manukato mwilini mwake, marehemu alikuwa safi. Hakuwa amefanya mapenzi na mtu yeyote. Kwa ujumla, alikuwa bado bikira.*

Taarifa hiyo ya mwisho ilimchanganya Kambambaya. Marehemu alikuwa bikira! Marehemu, ambaye taarifa alizo nazo zinaonyesha kuwa alikuwa na mpenzi wake, Joram Kiango, wakinywa, kula na kulala zaidi ya mara moja! Haikumwingia akilini. Kama wanamtafuta Joram Kiango, kwa tuhuma za kumuua mpenzi au hawara wake, vipi hawara huyu awe safi kiasi hicho.

Kambambaya akaichukua tena picha ile ya marehemu aliyeketishwa kwenye kiti. Akaitazama kwa makini kana kwamba alitarajia imwambie chochote. Haikumwambia. Alirejea katika jalada na kuendelea kufikiri. Mara akashikwa na hamu ya kumwona marehemu kwa macho yake mwenyewe. Akainuka na kutoka nje ya ofisi.

"Muhimbili," alimwelekeza dereva wake huku akiingia kwenye gari.

Dakika chache baadaye alikuwa katika ofisi ya daktari wa uchunguzi wa maiti. "Naomba kumwona marehemu," alisema baada ya kujitambulisha. Kambambaya alimwona daktari akibabaika kidogo kwa rai hiyo. "Vipi daktari, mbona unawaza sana. Au kuna taratibu ambazo sijazifuata?"

"Hapana," daktari alijibu.

Hakuona kama alihitaji kumwambia askari huyo tatizo lake. Ukweli ni kwamba pamoja na udaktari wake bado hakuwa mzoefu sana wa chumba cha maiti. Mara nyingi aliwategemea wahudumu wa chumba hicho, hasa Supa D ambaye alitekeleza majukumu yake kwa uhakika zaidi. Tatizo ni kwamba tangu jioni ya siku iliyopita, Supa D alikuwa hajaonekana, jambo ambalo halikuwa la kawaida kwake.

"Twende," alijikongoja daktari huyo baada ya kusitasita.

Chumba cha maiti kiliwalaki kwa ile harufu isiyoelezeka, harufu ambayo siku zote Kambambaya alishindwa kufahamu iwapo ilitokana na kuharibika kwa maiti, mchanganyiko wa madawa au yote kwa pamoja, harufu ambayo haizoeleki.

Aliistahimili harufu hiyo na kusimama nyuma ya daktari alipovuta jokofu lililokuwa na taarifa za marehemu huyo. Mara Kambambaya alimsikia daktari huyo akitoa sauti ya mshangao, iliyofuatiwa na kutokwa na macho ya mshangao kama mtu aliyegusa waya wenye umeme. Kambambaya akayafuata macho ya daktari huyo humo ndani ya jokofu. Yeye pia alipigwa na butwaa.

Badala ya msichana mrembo jokofu hilo lilikuwa na maiti ya mzee wa kiume, yenye ndevu nyingi zilizoachwa ovyoovyo. Ulimi wa marehemu huyo ulikuwa nje, shingo upande kama iliyovunjika huku damu ikiwa imeganda mdomoni, puani na masikioni.

Hatimaye, daktari alitokwa na sauti, "Supa D!" Alisema kwa mshangao. "*Jesus!* Kitu gani kimetokea hapa?"

Kambambaya hakumwelewa. "Ina maana umekosea na kufungua jokofu la maiti nyingine?" Alimuuliza daktari huyo.

"Hapana, Inspekta. Jokofu hili ndilo lililohifadhi maiti ya yule msichana. Na huyu ambaye yumo sasa ni mfanyakazi wetu wa chumba hiki ambaye alikuwa akiuhudumia mwili huo. Toka jana jioni Supa D hajaonekana. Ametafutwa kila mahali bila mafanikio. Nashangaa kumkuta humu, tena akiwa maiti."

Ndio kwanza ikampambazukia Kambambaya. "Yaani..." alitaka kumuuliza jambo, akasita. Badala yake aliuliza, "Kwa hiyo maiti tunayoyatafuta iko wapi?"

"Sijui."

Kwa ushawishi wa Kambambaya daktari huyo alifungua majokofu yote. Kila maiti ilikuwemo, isipokuwa maiti moja tu, ya marehemu Mona Lisa.

Baada ya dakika nyingi za kuirudia tena na tena kazi hiyo na baada ya kupitia kumbukumbu za mapokezi mara mbilimbili, ilikuwa dhahiri kuwa Mona Lisa alikuwa ametoweka!

* * *

Mlipuko wa bomu uliotokea hotelini ulimpa Joram Kiango fursa nzuri sana. Hata kabla kishindo hicho hakijapoa yeye tayari alikuwa amechupa angani na kumfanya atue juu ya mgongo wa mtu aliyeiinamia injini ya gari kwa miguu yote miwili, huku wa pili akiwa amepokea kichwa kilichomfanya aangukie barabarani. Hakuinuka tena.

Mtu wa pili alikuwa mbishi zaidi. Alimtazama Joram kwa mshangao uliochukua sekunde moja tu, sekunde ya pili nafasi ya mshangao huo ilichukuliwa na hasira kali. Huku akivujwa na damu mdomoni alipangua pigo la pili la Joram kwa kukinga mkono huku akiachia teke farasi ambalo Joram Kiango hakulitegemea. Lilimpata barabara kifuani na kumfanya apepesuke. Teke la pili aliliona. Akalidaka kwa kuachia lake lililompata jamaa huyo katikati ya miguu yake, akaanguka akigugumia kwa maumivu.

Joram alimzoa na kumtupa ndani ya gari, kiti cha dereva. Alitaka kumchukua yule wa pili, lakini wakati huo watu walianza kufurika eneo hilo, huku magari yakiwa tayari yameweka msururu. Joram alifanya haraka kufunika boneti na kisha kuingia kiti cha abiria, bastola mkononi. "Endesha gari," alimwamuru mtu huyo ambaye bado alikuwa akiugulia, huku akimkuna utosi kwa mtutu wa bastola.

Si kwamba mtu huyo aliwasha na kuliondoa gari peke yake, aliliondoa kwa kasi ambayo Joram hakuitegemea, kuelekea ufukoni akiteremka na barabara ya Maktaba.

"Wewe!" Joram alimfokea, akimpiga kwa domo la bastola.

Ndio kwanza mtu huyu alikanyaga mafuta kwa nguvu zake zote. Akiwa na hakika kuwa mtu huyu alikusudia kuliendesha gari hilo hadi ndani ya bahari ya Hindi, ambayo ilikuwa hatua chache tu mbele yao, Joram alimsukuma kwa nguvu kwa lengo la kumpokonya usukani. Hakuwahi. Lori lililosheheni masanduku ya bia, ambalo lilikuwa likiingia katika barabara hiyo, kutokea Barabara ya Sokoine, lilikutana nao uso kwa uso. Joram aliliona sekunde moja kabla halijawafikia. Aliwahi kufungua mlango na kuchupa nje ambako alibiringika mara kadhaa kabla ya kusimama na kuitazama ajali hiyo. Gari lile dogo, *Toyota Mark II,* sasa lilikuwa kama chapati mbele ya *Scania* tani arobaini lililowagonga. Bado akiwa ameng'ang'ania usukani, mateka wake alikuwa sehemu ya chapati hiyo. Chochote ambacho Joram alikitegemea kutoka kwake asingekipata tena.

Huku akifuatwa na macho ya watu wenye mshangao kwa kunusurika kwake, Joram alipiga hatua mbili tatu kurudi

New Africa, lengo likiwa kumpata yule mtu wa pili ili ajaribu kumdodosa na, hatimaye, kujua kitu gani kinaendelea. Haikuwezekana. Eneo zima lilikwishazungukwa na polisi. Ving'ora vya magari ya polisi na zimamoto pamoja na kelele za raia waliokuwa wakipambana na polisi eneo hilo vilipafanya pawe mahala palipojaa purukushani.

Akiwa hakujiandaa, huku mwanga ukizidi kuongezeka, Joram alijua kuwa ingekuwa hatari kwake kuendelea kukaa katika eneo hilo. Hivyo, alipenya taratibu hadi vichochoroni ambako alitembea taratibu, mkono mfukoni, sigara mdomoni, hadi nje kabisa ya eneo hilo.

Kichwa chake kikiwa kimejaa maswali, vitendawili na mafumbo tele ya kutatanisha, Joram alijua wazi kuwa alihitaji wasaa wa kutulia ili afikiri. Hata hivyo, hakuona kama alikuwa na wasaa huo. Roho yake ilikuwa ikitafutwa kwa udi na uvumba huku jitihada zake za kujificha zikiwa zimegeuka mzaha. Zaidi, kuna huyu Mona Lisa ambaye anakufa na kufufuka kama mchezo wa kuigiza. Hapana, hakuwa na nafasi kabisa ya kuketi mahala popote ili afikiri. Ili kuinusuru roho yake na ili aweze kuipa chakula roho hiyo iliyokuwa na njaa kali ya kukitegua kitendawili hicho kinachoendelea, Joram aliamini kuwa ilimpasa kulala huku akiwa amefumba jicho moja na kutembea huku jicho moja likiangalia mbele na la pili likiangalia nyuma; wakati huo huo akiituma akili yake kufikiri harakaharaka kama kompyuta.

Ni hilo alilolifanya. Wakati akipiga hatua moja baada ya nyingine alijiuliza kilichowawezesha polisi na yeyote yule anayejiita au kuitwa Mona Lisa kumfikia kwa urahisi na haraka kiasi hicho. Kwamba alikuwa amefuatwa kutoka pale hotelini hadi hospitali alikojificha kamwe hakuafikiana nalo. Kwamba daktari yule alikuwa 'amemuuza' kwa kutoa siri ya maficho yake hilo hakuliafiki vile vile, kwani alikuwa na hakika kwa asilimia mia moja kwamba daktari yule alikuwa hamfahamu na alidanganyika zaidi kwa mavazi, sura na majina yake ya bandia.

'Kitu gani basi kilifanya maficho yake yabainike mara moja?' Alijiuliza akiutia mkono mfukoni na kuviangalia vitu alivyokuwa navyo. Isipokuwa kwa simu yake ndogo ya mkononi na pesa chache alizochukua benki, mifuko yake ilikuwa mitupu. Mzunguuko wa pesa ni jambo mojawapo ambalo hufichua maficho ya watu wengi. Mara nyingi polisi wazoefu, hasa wale wa INTERPOL, hufuata mkondo wa pesa hata kubaini wapi alikojichimbia mtuhumiwa, hasa anayetuhumiwa kuiba pesa nyingi. Joram alijua wazi kuwa hilo halikufanya maficho yake yagundulike haraka kiasi kile, kwani hakuwa ametumia fedha nyingi na hizo chache alizotumia mzunguuko wake usingeweza kuwa wa haraka kiasi kile. Hivyo, wazo hilo alilitupa kando.

Simu! Akakumbuka. Akiwa pale kitandani aliitumia simu yake kutuma ujumbe wa maandishi. Pamoja na ukweli kuwa aliinunua simu hiyo kwa jina la bandia lakini kwa jinsi alivyokaa nayo muda mrefu siku zote alishuku kuwa polisi walikwishainasa namba hiyo na wanamfuatilia. Hakuwa na shaka tena kuwa ujio wa haraka wa polisi katika eneo lile la Manzese ulitokana na ujumbe ule. Isingekuwa kazi kubwa kwao kwenda kwa kampuni inayoendesha simu hizo na kujua eneo ambalo simu hiyo ilitumiwa. 'Sitaitumia tena', aliwaza.

Joram aliamini kuwa alikuwa ametegua kitendawili kimoja. Hata hivyo, alijua fika kuwa kitendawili hicho kilikuwa kimoja tu kati ya vingi vilivyomtinga. Bado alihitaji kufahamu kwa nini polisi watumie nguvu nyingi kiasi kile. Zaidi ya wao, alijua kuwa zaidi ya polisi walikuwapo watu au kikundi cha watu ambao, kwa njia moja au nyingine, walikuwamo katika kasi ya kuisaka roho yake. Hakuona kuwa watu aliojaribu kuwateka pale *New Africa* ni polisi. Hali kadhalika, mwanamke anayejiita Mona Lisa na mwenye sauti ya Mona Lisa hakuonekana kuwa polisi. Aidha, hakuona vipi kifo cha msichana mmoja tu kiwe kisa cha purukushani kali na nzito kiasi hiki. Juu ya yote hayo hakuona uwezekano wowote wa simu ile kumwezesha binadamu yeyote kubaini jina la bandia aliloandikisha kwa daktari na kulitaja kwa ufasaha jina la hayati Mona Lisa, huku sauti ikiwa imefanana vilivyo na ile ya marehemu yule.

Vitendawili au mafumbo hayo vilifanya kitu fulani kiamke katika nafsi yake taratibu, kitu kisichoelezeka, kitu kilichokuwa katika usingizi wa pono. Naam, kitu ambacho kilianza kumpa hamu na shauku kubwa ya kulikabili jambo hili badala ya kuwa mkimbizi anayekimbiza ubawa wake kama kunguru mwoga.

Wakati akiwaza hayo, alikuwa katika Mtaa wa Samora, ambao tayari ulianza kufurika watu wenye shughuli zao. Joram aliuendea mmoja wa migahawa michache mtaani hapo na kujipatia kahawa ya moto na sambusa mbili. Kutoka hapo aliingia duka moja la nguo ambamo aliagiza mavazi ambayo hakupata kuyavaa kwa muda mrefu; suruali nyeusi ya *jeans* na jaketi lake. Pia, alinunua kofia pana ambayo alipoivaa ilifunika sehemu kubwa ya sura yake. Vitu vyote hivyo alivivaa papo hapo dukani. Hivyo, alipotoka alikuwa mtu mpya, tofauti kabisa na yule mzee mchafumchafu aliyeingia dakika tano zilizopita.

Toka hapo Joram aliifuata tena Samora, safari hii akielekea magharibi. Kwenye makutano ya mtaa huo na Barabara ya Morogoro lipo jengo kubwa la watoza ushuru, TRA. Kando ya jengo hilo kuna moja kati ya maduka mapya ya silaha yaliyoanzishwa karibuni. Kwa kuachia 'kitu kidogo' aliweza kuushinda urasimu uliowekwa kwenye biashara hiyo na kuruhusiwa kununua bastola mpya, kopo moja la pilipili za kujihami na baada ya kuwaza sana; pingu.

Alijaza kijanja fomu zote zilizohitajika na kuahidi kumalizia hatua zilizobakia, za kuipeleka bastola hiyo polisi hadi Kamati ya Silaha ya Mkoa itakapoketi, kamati ambayo Joram alifahamu kuwa kutokana na wingi wa vigogo waliomo na uzito wa shughuli zao, inaweza kukutana baada ya miezi sita!

Akijiona kuwa kiasi amekamilika Joram alianza safari yake nyingine. Safari hii alielekea Mnazi Mmoja, katika bustani ya Jiji, ambako aliingia. Kati ya vivutio vya bustani hiyo ipo sanamu ya mzee mmoja anayepiga ngoma, sanamu ambayo kwa namna fulani imejengewa katika kitu kama pango, ambalo enzi za neema liliongeza uzuri wa mandhari kwa kujazwa maji. Kwa sasa likiwa kavu, shimo hilo lilimfaa sana Joram Kiango, kwani mmoja wa wasiri wake alikuwa akilitumia kumletea taarifa alizohitaji kutoka ndani ya Jeshi la Polisi.

Ujumbe ule alioutuma, ambao uliandikwa kwa maneno machache, ndani ya fumbo ambalo mtu yeyote asiyekusudiwa asingeweza kuuelewa; alivyomfahamu 'rafiki' yake huyo alijua, ungekuwa umefika.

Ndani ya bustani hiyo Joram Kiango aliketi kwa takriban dakika ishirini hivi, katikati ya kundi la vijana wa mjini watatu, ambao hawakuchelewa kumwomba sigara na kisha kumshirikisha katika maongezi yao. Walikuwa wakijadili uwezo wa wachezaji wa timu za Uingereza, *Manchester United* na *Liverpool*. Pamoja na ukweli kuwa Joram hakuwa mjuzi sana wa masuala ya soka, bado hakushindwa kutia neno hapa na pale, jambo lililofanya akubalike.

Laiti vijana hao wangejua jinsi macho ya Joram yalivyokuwa makini, yakitazama huko na huko kuona kama kulikuwa na mtu yeyote wa kumtilia shaka. Hakuwepo. Hali ilikuwa ya kawaida kabisa. Polisi mmoja pale, muuza kahawa mmoja pale, wamachinga wawili kule, kila mmoja akiwa na hamsini zake. Hivyo, hakuna aliyeona pindi Joram alipo 'teleza' na kwenda chini ya sanamu ile ya mpiga ngoma na kuchokonoa chini ya kigoda alichokalia ambapo aliokota karatasi iliyokunjwakunjwa, yenye harufu ya shombo la samaki, ambayo aliitia mfukoni na kwenda sehemu yenye usalama zaidi, ambako aliifungua.

Ulikuwa ujumbe mfupi, ulioandikwa katika mafumbo vile vile. Joram aliutafsiri.

Ulisema;

Unatafutwa kwa udi na uvumba. Vikosi vyote vya usalama vimewekwa katika hali ya hadhari.

Marehemu aliyefariki hotelini ametoweka Muhimbili. Maiti yake inasakwa huko na huko.

Watu wanakufa hapa na pale. Polisi wanne, daktari mmoja, Manzese. Wahudumu watatu New Africa. Hali inatisha...

Habari, ambayo Joram aliiona habari katika taarifa hiyo ilikuwa ya kutoweka kwa mwili wa Mona Lisa Muhimbili! Kwa nini maiti iibiwe? Nani ameiba? Kwa faida ya nani? Na kutoweka kwa maiti kunahusiana vipi na mwanamke ambaye amekuwa akimtokea kila anakotorokea na kujiita Mona Lisa? Au ni kweli kuwa Mona Lisa aliyekufa amefufuka?

Joram hakuwa mtu wa kuamini katika muujiza. Hivyo, asingependa kuamini hilo pia. Hata hivyo, kwa kila hali habari hiyo ilikuwa juu ya furushi kubwa la utata, furushi ambalo alihisi likizidi kumwelemea. Furushi ambalo ilikuwa lazima alitue haraka, kwa bei yoyote ile.

Sura ya Sita

MEJA Beka Mfumue alikuwa amelitumikia Jeshi la Polisi kwa takriban miaka ishirini sasa. Tangu alipomaliza masomo yake ya sekondari na kuchaguliwa kujiunga na polisi hajapata si kuacha kazi pekee, bali kufikiria kuacha kazi. Ndiyo, mshahara ulikuwa hauridhishi kama ilivyo kwa watumishi wengine, hasa walio katika sekta za kibinafsi. Ndiyo, kazi zilikuwa nyingi na shukrani haba. Lakini, pamoja na yote hayo, Mfumue aliipenda kazi yake, aliipenda sana kwani si kila kazi iwezayo kukupa hadhi na mamlaka mitaani kama ya polisi.

Hivyo, alipojikuta kasimama mbele ya Inspekta Haroub Kambambaya, akihisi macho yake makali yanapenya hadi ndani ya moyo wake, hakuwa na shaka kuwa mwisho wa uhai wake katika jeshi hilo ulikuwa umetimia.

"Unajua kuwa kama hutatoa ushirikiano tuna haki ya kukuhukumu kijeshi? Na hata tukikushitaki kiraia unajua kuwa tutakushitaki chini ya sheria mpya ya ugaidi?" Kambambaya alikuwa akiendelea, nusu akizungumza katika hali ya kawaida, nusu akifoka.

"Najua," Mfumue alijibu.

"Kama unajua, sasa utatuambia ukweli. Yuko wapi Joram Kiango?" Alihoji, macho yake bado yamekazwa barabara kumtazama Mfumue.

Katika hali ya kawaida Beka asingestahili kusimamishwa mbele ya mtu huyu ambaye zaidi ya kuitwa Inspekta cheo chake halisi hakikufahamika, mtu ambaye mara kwa mara anaitwa Inspekta tu, ingawa vikao vyake vingi huweka pamoja na majenerali wakuu wa majeshi yote, mtu ambaye mara nyingi huwa mwenyekiti wa vikao hivyo. Hivyo, Meja Beka alijua kuwa ili kuuvuka mtihani huu mkubwa wa uhai wake alihitaji kuituliza vizuri akili yake. 'Jikaze,' alijinong'oneza. 'Kukubali kiasi fulani cha ukweli siku zote huwa ni dawa katika hali kama hii'.

"Natumaini sauti yangu inasikika vizuri Meja," Kambambaya alirudia. "Yuko wapi Joram Kiango?"

"Sijui," Mfumue alijibu. Lilikuwa jibu la kweli.

"Tangu alipokupigia simu ile hamjapata kuwasiliana tena?"

"Bado," jibu jingine la kweli.

Kambambaya alimkazia macho kabla hajauliza, "Una hakika?"

"Ndiyo."

"Ujumbe aliokutumia uliandikwa katika hali ya fumbo. Alitaka nini?" Kambambaya alihoji ghafla.

Mtego, Beka aliwaza. "Alitaka msaada," akamjibu.

"Msaada gani?"

"Habari."

"Habari gani?"

"Alitaka kujua kama kuna habari au tukio lolote la kusisimua lililotokea karibuni, ambalo linafuatiliwa na polisi," nusu ilikuwa ukweli nusu uongo.

Kambambaya pia alihisi hivyo. Alimkazia Beka macho kwa muda kabla ya kuuliza taratibu, "Kama tukio lipi?"

"Kama mauaji, wizi wa fedha nyingi, ugaidi na mambo kama hayo. Joram ni mshabiki mkubwa wa mambo hayo..."

"Ulimjibu nini?" Kambambaya aliuliza ghafla.

Mtego, Meja Mfumue aliwaza tena. Akaamua kutoa uongo wake wa kwanza "Bado sijamjibu."

"Kwa nini?"

"Sijapata nafasi," uongo mwingine. "Vilevile," aliongeza. "Sijawa na jambo lolote ambalo linaweza kumsisimua."

Sasa Kambambaya alikuwa na hakika kuwa Meja Beka alikuwa hasemi ukweli. "Meja," akaita kwa sauti yenye hasira kidogo. "Unajua kuwa unajiweka mahala pabaya? Unafahamu hilo?"

Beka naye alianza kuchoshwa na vitisho hivyo, akamwambia, "Inspekta, na wewe unajua kuwa umeniita hapa na kuanza kunisaili kama mhalifu hujaniambia kosa langu?"

"Hujui kosa lako?" Kambambaya alishangaa. "Hujui kama umekiuka kiapo chako cha kutotoa nje siri za jeshi? Huoni kama huo ni uhaini? Hujui kama kumsaidia mhalifu ni uhalifu?" Alihoji kwa mbali, akitweta.

"Sijatoa siri yoyote Inspekta," Meja Mfumue alisisitiza. "Na kuwasiliana na Joram Kiango ninayemfahamu mimi sidhani kama ni uhaini wa aina yoyote. Hakuna asiyejua mchango na harakati zake zilivyoinusuru nchi hii na Afrika nzima mara kwa mara. Kama ni mhalifu basi leo ndio nafahamu, kutoka kwako."

Kambambaya hakuutegemea ujasiri kama huo kutoka kwa Meja Beka Mfumue. Kwa ujumla, alitumia njia ya vitisho kwa matarajio ya kupata chochote ambacho kingemsaidia kumpata Joram Kiango. Alikuwa na kila sababu ya kuamini kuwa kumpata Joram ilikuwa sawa na kuupata ufunguo ambao ungemfungulia mlango wa siri ya mikasa na maafa haya makubwa ambayo yanazidi kutokea.

Awali, ilianza kama mauaji ya kawaida, ambayo kwa kila hali inafanya Joram Kiango awe mtuhumiwa wa kwanza. Katika kumtafuta Joram Kiango yakaibuka mauaji makubwa zaidi; polisi wanne, daktari mmoja Manzese. Mgonjwa wa bandia aliyesababisha yote hayo si mwingine zaidi ya Joram Kiango.

Kana kwamba hayo hayatoshi, alfajiri hiyo iliambatana na habari za kutisha zaidi. Tukio la mapambano makali ya silaha na mlipuko wa bomu la mkono katika hoteli ya *New Africa,* lililopelekea vifo vya watu watatu, watumishi wawili wa hoteli na mtu mmoja anayedaiwa kujibamiza mwenyewe kwenye gari kubwa kwa kila hali lilikuwa chachu nyingine ya kumpata upesi zaidi Joram Kiango.

Tukio hilo lilimfikia kwa taarifa ya maandishi. Ilikuwa baada ya kutoka hospitali ya Muhimbili, ambako alishuhudia maajabu ya kutoweka kwa mwili wa marehemu ambaye anaelekea kuwa chanzo cha zahama hii. Alikuta jalada likimsubiri juu ya meza yake. Lilikuwa bado halijakamilika. Hivyo, lilieleza kwa ufupi tu, kama taarifa, juu ya yaliyotokea hotelini hapo, kwamba alfajiri hiyo, mzee mmoja alitokea mapokezi na kutaka chumba. Wakiwa na hakika kuwa hangekuwa na uwezo wa kulipia bei ya vyumba vyao walimwambia kuwa kuna vyumba. Kwa mshangao mzee huyo alitoa pesa na kukabidhiwa chumba chake, kwamba muda mfupi baada ya makabidhiano alitokea mgeni mwingine, mwanamke, ambaye alitaka kumwona mzee huyo. Walizungumza kidogo kwenye simu kabla mama huyo hajapanda lifti kumfuata mzee huyo ghorofani.

Mtoa habari huyo, ambaye ni mmoja wa wapokeaji wageni aliyekuwa zamu, anasema kutoka hapo hakumbuki kilichoendelea kwani ulifuatia mlipuko mkubwa wa bomu ambao ulimfanya yeye na kila kitu ukumbini hapo wapae angani na baadaye kutua chini wakiwa nyang'anyang'a, yeye akiwa amevunjika miguu yote miwili na kuungua sehemu kubwa ya kichwa na kisogo. Alitoa taarifa hiyo akiwa Muhimbili, kitengo cha MOI, ambako alikuwa akipata matibabu.

Jambo lililofanya Kambambaya ahisi kuwa mzee yule pale *New Africa* hakuwa mwingine zaidi ya Joram Kiango ni jina aliloandikisha: *Kondo Mtokambali! Kabila: Mtanzania! Anakotoka; Dar es Salaam! Anakokwenda; Dar es Salaam!* Majibu hayo na uwiano wa muda kutoka lile tukio la Manzese hadi hilo la katikati ya mji, pamoja na mlolongo wa matukio yaliyofuata ndivyo vilivyomfanya Kambambaya asiwe na chembe yoyote ya mashaka kuwa Joram Kiango yumo katikati ya dimba hilo.

Hivyo, wafumbuzi wa mafumbo walipomthibitishia kuwa ile simu ya maandishi ilitoka kwa Joram Kiango pamoja na kumpatia jina la mmoja wa maofisa wa polisi, ambaye alipelekewa ujumbe ule, Kambambaya hakuona kama ilimpasa kuvuta subira. Alimtaka Joram Kiango. Na alimtaka haraka sana, kabla ya maafa zaidi kutokea. Ndipo akataka aitiwe Meja Beka Mfumue na kumketisha mbele yake huku akimsukumia vitisho kwa matarajio ya kupata ukweli mara moja.

Hivyo, Mfumue alipobadilika na kuipoteza ile hali ya ushirikiano aliyoionyesha mwanzo wa mahojiano hayo, Kambambaya alianza kuuona ugumu wa kazi iliyokuwa mbele yake. Ni kweli kuwa katika hatua hii alikuwa hana namna ya kumtuhumu Meja Mfumue kwa lolote. Kwa mujibu wa Katiba ya Jamhuri ya Muungano wa Tanzania

Meja Mfumue, kama mtu huru, ana haki na uhuru wa kukutana na mtu yeyote huru, kuzungumza naye na kushirikiana naye, mradi hawavunji sheria. Joram bado alikuwa mtu huru. Tuhuma juu yake, pamoja na yote yanayoendelea kutokea, bado zilikuwa ni hisia tu, hadi pale itakapothibitika vinginevyo.

"Sikiliza Meja," Kambambaya alitamka ghafla, akimkazia Mfumue macho. "Kwa sasa unaweza kusema chochote unachojisikia kusema. Lakini unafahamu vizuri sana kuwa kuna mambo ya kutisha ambayo yametokea katika saa ishirini na nne zilizopita, mauaji ya watu wasio na hatia, milipuko ya mabomu; na mengineyo. Nadhani unafahamu pia, kwa njia moja au nyingine, kuwa Joram Kiango anahusika au kuhusishwa na hali hii. Hivyo, lazima apatikane, haraka iwezekanavyo. Wewe kama afisa wa jeshi, kama mtu uliyekula kiapo cha kuilinda na kuitetea nchi hii, una wajibu wa kusaidia kufanikisha jitihada hizi. Sivyo?"

"Kweli, mzee."

"Na utatusaidia haraka zaidi kwa kutuwezesha kumpata, au kuwasiliana na Joram Kiango. Sivyo?"

"Kweli."

"Kwa hiyo," Kambambaya aliongeza. "Kama kweli hujaujibu ujumbe wake wa maandishi nenda kaujibu. Mpe maelekezo ya kukutana naye mahala. Utajua namna ya kumweleza. Lakini hakikisha unaniarifu, mimi binafsi, maendeleo ya jitihada hizo. Kuanzia leo, mimi na wewe tutakutana kila siku jioni, ili unipe taarifa za jukumu lako hilo. Sawa?"

Halikuwa ombi. Ilikuwa amri. Mfumue hakuwa na kauli zaidi ya, "Sawa, Inspekta."

Ulikuwa mtego mwingine kwa Meja Beka. Kitu ambacho hakujua, kitu ambacho watu wengi hawajui, ni kwamba ziko njia nyingi za kunasa ujumbe wa maandishi toka simu yoyote ya mkononi kwenda nyingine. Mojawapo ya njia hizo ni kile ambacho watu wengi hawajui, kuwa ujumbe unapotumwa toka simu fulani hubakia ndani ya simu hiyo hata kama umeufuta. Zamani kidogo ujumbe huo ulikuwa unakaa katika kadi. Siku hizi, baada ya maendeleo zaidi katika teknolojia ujumbe huo hukaa katika hifadhi ya kumbukumbu. Simu za kisasa zaidi huweza kuhifadhi maelfu ya ujumbe wa maandishi. Hivyo, mtu akiinasa simu yako anaweza kusoma simu zako mbalimbali za maandishi bila mwenyewe kujua.

Lakini kuna njia nyingine, ya uhakika zaidi. Unapotuma ujumbe wa maandishi, ujumbe huo hupitia katika kituo chako cha mawasiliano, hapa nyumbani vituo maarufu vikiwa ama *Vodacom*, ama *Celtel* ama *Zantel* au *Mobitel*. Hawa, pamoja na kuupeleka ujumbe wako kama ulivyoagiza, nakala ya ujumbe huo hubakia katika hifadhi yao kwa muda mrefu. Kumbukumbu ya simu iliyopigwa huweza kuhifadhiwa kwa kati ya miezi sita hadi miaka mitano kabla ya kuteketezwa. Hivyo, mtu yeyote mwenye nyenzo na utaalamu angeweza kuchimba katika msitu huo wa 'meseji' na kupata kile anachokitafuta.

Kambambaya alilijua hilo. Na tayari watu walikuwa kazini kuchimba chochote ambacho kilikuwa kimepita baina ya simu ya Joram Kiango na Meja Beka, au mtu mwingine yeyote, katika siku hizo mbili tatu.

Hivyo, kama Meja Beka alidhani angemlaghai Kambambaya, Kambambaya aliamini kuwa angekuwa akijidanganya mwenyewe.

* * *

Kutoka bustani ya Mnazi Mmoja, Joram aliifuata Barabara ya Lumumba na baadaye kuingia ya Uhuru, akielekea Kariakoo. Alihitaji nafasi ya kutulia ili awaze na kuwazua hadi atakapokifikia kiini cha fumbo au kitendawili hiki, utulivu ambao, kwa hali ilivyokuwa aliamini kuwa hakuna mahala pengine ambapo angeupata zaidi ya katikati ya msongamano wa watu. Utulivu wa aina yoyote nyingine, kama ule alioutafuta wodini Manzese na hoteli ya *New Africa* tayari ulikuwa umepelekea kutokea kwa maafa makubwa. Mitaa ya Kariakoo, hasa ile ya Msimbazi na Kongo, kwa vyovyote, vile ilikuwa sehemu mwafaka kwa sasa. Pamoja na maafa yote hayo bado Joram hakuamini kuwa yeyote huyo anayemfuatilia angeweza kuuteketeza mtaa mzima uliofurika watu kwa ajili ya roho moja, ya Joram Kiango.

Akiwa katika mavazi yaliyomfanya afanane sana na mamia ya vijana wa mitaa hiyo, kofia pana ikiwa imeufunika mwili wake, Joram alitembea mtaa huu hadi ule bila wasiwasi wowote. Alikuwa mmojawao, mmoja wa Wamachinga, mmoja wa wabangaizaji wa jiji la Dar ambao kwao vumbi, jasho na msongamano ni sehemu tu ya maisha yao katika jitihada za kutafuta riziki ya siku hiyo.

Lakini kama mtu angebahatika kuingia katika kichwa chake angeshuhudia jinsi ubongo wake ulivyokuwa kazini, ukiwaza kwa nguvu zake zote, wazo kubwa zaidi likiwa ni kujaribu kutafuta kiini cha maficho yake yote kugundulika mara moja kana kwamba alikuwa akijianika hadharani huku akipiga mbiu kumwashiria adui yake wapi aliko.

Ndiyo, aliyabaini madhara ya simu na kuitupilia mbali. Hata hivyo, bado aliamini kuwa haraka iliyotumika kumfikia kule Manzese haikutokana na matumizi ya taaluma hiyo dhidi ya simu za mkononi. Kwa vyovyote, ingechukua muda, ikiwa pamoja na kulikagua eneo la mraba lisilopungua ekari tano kabla ya kubaini mahala alipo. Hali kadhalika, taaluma hiyo ilifanikiwa pale tu mwenye simu hiyo anapoitumia. Joram hakuwa amepiga wala kupigiwa simu pale *New Africa*. Waliwezaje kufika haraka kiasi kile?

Huku akitembea aliendelea kujikagua kuona kama alikuwa na chombo chochote kingine kinachoweza kutumiwa kusafirisha mawasiliano. Aliitoa kalamu yake na kuitazama. Ilikuwa aina ya *packer,* ya kawaida kabisa, tena iliyonunuliwa kwa mmachinga. Aliitazama saa yake, *Omax,* ambayo amekuwa nayo miaka sita sasa. Hajawahi kumwazima mtu, wala haijawahi kwenda kwa fundi ambako ingewekewa kwa siri vyombo vya mawasiliano.

Ni wakati akiitazama saa yake hiyo, alipoiona ile pete kubwa, ya Mona Lisa, ikiwa imetua katika kidole chake. Joram alikumbuka vizuri kilichopelekea pete hiyo iwe hapo kidoleni pake.

"Unaogopa!"

"Naogopa nini?"

"Mchumba wako."

"Mchumba! Mchumba gani? Mie bado niko *single.* Sina mume wala mchumba."

"Umeanza kuwa mwongo... Pete hiyo hapo inakusuta. Kama siyo ya uchumba ni ya ndoa..."

Maongezi baina yake na Mona Lisa, yakiwa mzaha tu, lakini uliopelekea Mona Lisa kuivua na kumwachia Joram Kiango pete hiyo.

Ingawa maongezi hayo yalifanyika siku mbili tatu tu zilizopita, Joram aliyahisi kama yaliyofanyika miaka nenda rudi nyuma, kwa jinsi matukio mengi na ya kutatanisha yalivyolifuatia tukio hilo. Joram aliitazama kwa makini zaidi pete hiyo, pete ya Mona Lisa; msichana aliyemfia mikononi mwake huku yeye akiwa usingizini kama mzoga, msichana ambaye mauti yake yamejaa utata mkubwa. Alikufa... Yeye mwenyewe aliushuhudia mwili wake pale kitandani... Mara mwili huo unadaiwa kutoweka katika chumba cha maiti... Mara sauti ya Mona Lisa ikamfikia Joram na kumtaka wakutane... sauti ambayo mara zote ilifuatiwa na umwagaji mkubwa wa damu, bila shaka za watu wasio na hatia

Joram aliichunguza kwa makini zaidi pete hiyo. Aliyaamuru macho yake kupuuza mng'aro wa madini yaliyotumika kuitengeneza, badala yake akayakaza kutazama ndani kabisa ya ua hilo lililokuwa likimeremeta. Akahisi kuona kitu cha ziada, kitu kidogo sana, kilichokaa katikati ya ua hilo, ambacho kilikuwa hakimeremeti pamoja na pete nzima. Joram alishuku jambo. Akaipeleka pete hiyo sikioni na kusikiliza kwa makini. Kama alivyohisi, kwa mbali sana alisikia mlio wa tik-tak-tik-tak katika pete hiyo.

Joram akatabasamu. Hakuwa na shaka tena kuwa amebaini kisa cha kufanya maficho yake yawe yakibainika ghafla kila mara. Chombo hicho kidogo, kilichofichwa ndani ya pete hiyo, bila shaka kilikuwa aina fulani ya mtambo wenye nguvu za kielektroniki, ambazo zilimwezesha mtu fulani, mahala fulani, kujua pete hiyo ilipo na hivyo, kuweza kumpata kila alipojichimbia.

Hata hivyo, kwa Joram Kiango ugunduzi huo bado haukuwa ufumbuzi. Kwa ujumla alihisi kama ulikuwa nyongeza tu ya utata mzima. Hakuwa na shaka kuwa pete hiyo ilibeba chochote cha mawasiliano, kilichokuwa kikiyafichua maficho yake. Lakini kilichomtatiza ni jinsi alivyoipata pete hiyo. Kwa kila hali Mona Lisa alikuwa amempa kimapenzi tu, bila ajenda yoyote ya siri. Na hakuitoa mahala pengine zaidi ya kidoleni, alipokuwa ameivaa. Wala hakuifanyia utaalamu wowote kabla ya kumkabidhi. Kama hivyo ndivyo, Joram aliwaza, ni wazi kuwa Mona Lisa mwenyewe alikuwa akiitumia bila kufahamu matumizi yake. Kwa maneno mengine, ni kwamba mtu ambaye amekuwa akimfuatilia yeye, bila shaka amekuwa akimfuatilia Mona Lisa pia. Na kama huo pia ndio ukweli ni wazi kuwa mtu huyo ama ndiye aliyemuua ama anahusika sana na kifo chake, aliwaza.

Mawazo hayo yaliibua maswali mengi zaidi, ni nani huyu mtu? Alitaka nini kwa Mona Lisa? Mswada wa "Ubongo wa Mwalimu Nyerere?" Na kama ni ule kwa nini alimuua Mona Lisa badala ya kuuchukua tu na kuondoka? Na kwa nini alimwacha yeye akiwa hai badala ya kumuua pamoja na Mona Lisa? Halafu, kama aliamua kumwachia kwa nini sasa anamwinda huko na huko? Na huyu msichana anayejiita Mona Lisa, mwenye sauti kama ya Mona Lisa, ambaye amekuwa akizuka kama kizuka kila anapojificha, ni nani na anahusika vipi na yote haya?

Msitu wa maswali ulikuwa mpana sana. Joram alihisi kuwa angeweza kutembea kwa miaka katika msitu huo na asipate jibu, kama angeendelea kuwa mtu wa kuwindwa badala ya kuwa mwindaji, mtu wa kutafutwa badala ya kutafuta. Akafanya uamuzi. Toka dakika hiyo atakuwa mwinda badala ya mwindwa.

Akaiinua pete ya Mona Lisa na kuibusu. 'Pete,' aliinong'oneza, Ni wewe utakayenipeleka mbele ya adui kama ulivyomwezesha adui kufika mbele yangu. Utake usitake.

Baada ya sala hiyo aliirejesha kidoleni huku akiendelea kupigana vikumbo na wapita njia wenzake waliofurika mitaani.

* * *

Kwa Papaa Mulumba mchana wa siku hiyo ulijaa maajabu ambayo hakupata kuyaona tena maishani mwake. Kwanza kabisa, alikuwa mkavu kabisa mfukoni. Alifika kazini hapo baada ya kutumia utoto wa mjini uliomlainisha kondakta wa daladala apokee shilingi mia moja tu, badala ya mia na hamsini ambayo ni nauli halali. Kutwa nzima hiyo alijaribu kuchora kila aina ya mchoro ili apate walao elfu moja ya kianzio bila mafanikio. Ghafla, sasa hivi alikuwa na shilingi elfu hamsini zilizomjia 'hivihivi tu,' bila jasho.

Si hilo tu. Kazi yake ngumu pia ilikuwa imechukuliwa na mtu, yeye akiwa na uhuru wa kwenda zake, ama kuitumia fedha yake ya bure ama nyumbani kwake hadi kesho. Mgeni huyo wa ajabu aliyeinunua kazi yake kwa elfu hamsini tayari alikuwa amevaa viatu vyake vya mpira, joho lake refu la plastiki na kofia yake ya kapero na sasa yuko kazini akisafisha vyoo na masinki kwa utaratibu wa kawaida kabisa. Mtu yeyote ambaye angeingia maliwatoni humo, kama asingemsemesha, angetoka huku akiwa na hakika kuwa mtumishi huyo hakuwa mwingine zaidi ya Papaa Mulumba.

Papaa Mulumba ni mtoto wa mjini. Ingawa alitoka kwao Mahenge miaka tisa tu iliyopita, mara baada ya kumaliza shule ya msingi, tayari mitaa ya Mala, Magomeni na Kinondoni ilimpokea na kumkubali kama mmoja wa vijana wa mjini. Kila alipopata pesa zake alizipanga katika mafungu muhimu matatu; kuvaa, kunywa na kula.

Alikuwa hodari wa kuchagua mashati na suruali za mitumba kwa makini kiasi kwamba kila alipozivaa, alionekana kuvaa nguo mpya za kutoka ughaibuni. Unywaji wake pia aliufanya kwa uangalifu. Kwake ulikuwa mwiko kunywa katika baa za vichochoroni. Alipendelea baa kubwakubwa, zenye majina, huku akijichanganya na watu wakubwawakubwa, wenye pesa na vyeo; jambo lililompatia marafiki wa maana. Mmoja kati ya marafiki hao ndiye aliyempatia kazi Uwanja wa Ndege wa Dar es Salaam.

Papaa Mulumba halikuwa jina lake halisi. Alizaliwa na kubatizwa kwa jina la Paskali, baba yake akiitwa mzee Kirumba. Mtindo wake wa kufungia suruali tumboni, mwili uking'ara kwa manukato na vipodozi, huku akiwa hakosekani katika kumbi za muziki bandia za *Maquis* inapotumbuiza, ni miongoni mwa sababu zilizofanya jina la Paskali life na 'Papaa' kuzaliwa.

Sababu nyingine iliyompa jina hilo ni lugha. Kuupenda kwake u-Kongo kulimfanya abadili lafudhi ya Kiswahili chake kiasi kwamba watu wengi wasiomfahamu walimfikiria kuwa ni Mkongo, tena mwanamuziki. Lafudhi hiyo iliambatana na 'lugha' yake katika kuwatoa rafiki zake 'kitu kidogo' kila anapojikuta hana pesa mfukoni, jambo lililolifanya jina la Papaa lishamiri zaidi.

Papaa alikuwa mtumishi wa Mamlaka ya Viwanja vya Ndege. Aliajiriwa katika Uwanja wa Ndege wa Kimataifa wa Dar es Salaam. Mwenyewe alipenda sana kuutambulisha kwa Kiingereza, "Niko *Dar International Airport*," akiamini kuwa kuutaja kwa Kiswahili kuliupunguzia hadhi na, hivyo, kumpunguzia yeye mwenyewe hadhi. Kila alipohojiwa yuko idara gani hapo uwanjani alijibu harakaharaka "Huduma ya Jamii," akikwepa kuitaja kazi yake halisi ya utunzaji wa vyoo, kazi ambayo alikuwa ameipokea shingo upande, baada ya elimu yake kuonekana kuwa isingempatia nafasi nyingine. Lakini baadaye alikuja baini kuwa haikuwa kazi mbaya kama ilivyofikiriwa. Kwanza, sare zake za kazi, ikiwa pamoja na joho refu, kofia ya kapero na glavu zilifanya hata mtu anayemfahamu kwa karibu anapomkuta kazini ashindwe kumtambua. Pia, kazi hiyo ilikuwa na pesa kuliko alivyotegemea. Watu wengi wenye magendo yao, hasa dawa za kulevya, walikuja chooni kuficha bidhaa zao. Kila mara walimwachia 'kitu kidogo' kama bakshishi. Baadhi alidiriki kuwatolea au kuwaingizia bidhaa zao hizo na, hivyo, kumwachia 'kitu' ambacho hakikuwa 'kidogo', hali iliyomwezesha kumudu vikao vya *high table* na rafiki zake baadaye.

Jana tu aliondoka kazini hapo na elfu ishirini. Alitegemea angetumia elfu tano tu, lakini walipokwenda *Diamond Jubilee* ambako Kanda Bongo Man alikuwa akitumbuiza na bia mbili tatu baadaye ndipo akajikuta akiamka na mia mfukoni. Hivyo, ujio wa huyu *'brother'* wa kutaka aachiwe kazi hiyo ngumu, kutwa nzima ya leo, na shilingi elfu hamsini juu, ilikuwa kama nyota ya jaha.

"Natumaini huna ajenda ya siri, ambayo itaniharibia kazi, mshikaji," Papaa alionya.

Kicheko. "Sina ajenda yoyote. Kuna kitabu naandika. Sehemu mojawapo ya kitabu hicho inamhusu mtu aliyekuwa akifanya kazi kama hii. Hivyo, ili nitoe picha halisi ya kazi yenyewe lazima niifanye angalao kidogo, badala ya kuandika hisia tu. Ukitaka unaweza kukaa hapo kuniangalia. Ingawa mimi nakushauri uende zako popote unapotaka."

"Nitatoka kidogo. Nitakuwa nikirudi kukutazama kila baada ya muda fulani. Saa za kazi zikiisha nitakuja kuchukua vifaa vyangu na kuvifungia."

"Bila wasiwasi," mgeni huyo wa ajabu alijibu.

Mgeni ambaye hakuwa mwingine zaidi ya Joram Kiango. Ndani ya mavazi ya kazi ya Papaa, Joram Kiango alikuwa amejikamilisha. Pamoja na silaha na vifaa alivyonunua pia alikuwa ameipitia kamera ndogo ya video wakati akija Uwanja wa Ndege. Alikuwa akimsubiri Papaa aondoke ili ategeshe vifaa hivyo, pamoja na kuiweka ile pete mahala muafaka. Alikuwa na hakika kuwa usingepita muda mrefu kabla ya ugeni mwingine, mzito zaidi, kuingia katika eneo hilo.

Alikuwa tayari, akisubiri.

Sura ya Saba

●═ ◦═ · ═◦ ●

WAKATI mikono ya Joram Kiango ikiwa shughulini kusafisha vyoo vya pale uwanjani, mikono ya Inspekta Haroub Kambambaya nayo ilikuwa kazini ikichambua mamia ya taarifa ambazo ziliendelea kumiminika mezani pake, taarifa ambazo ziliambatana na namba za simu zilizowahi kupigwa kwenye simu ya Joram Kiango; nakala za simu za maandishi; majina ya baadhi ya watu wenye simu hizo; na kadhalika. Kambambaya aliichambua kila taarifa kwa makini kabisa, akitafuta neno lolote lile au jina lolote lile ambalo lingefanikisha kupata ama fununu ya kile kinachoendelea, ama kauli ambayo ingemwezesha kubaini alipo Joram.

Haikuwa kazi rahisi. Joram hakuwa mtumiaji mzuri wa simu. Na hizo chache alizowahi kupiga hazikuwa na lolote ambalo lingeweza kumsaidia Kambambaya katika kadhia hii. Aidha, nyingi zilikuwa za mafumbo ambayo yalihitaji muda kuyafumbua.

"Atapiga tu. Naamini hataitumia tena simu yake wala simu yoyote ya mkononi. Lakini endeleeni kufuatilia simu zote za watu aliopata kuwasiliana nao. Simu ya Meja Mfumue itazamwe kwa makini zaidi. Naamini atahitaji kuwasiliana naye kwa namna moja au nyingine," Kambambaya aliwaagiza wasaidizi wake.

Wasaidizi wake walishangazwa sana na mabadiliko ya ghafla katika wajihi wa bosi wao. Katika muda wa saa arobaini tu zilizopita mzee alikuwa amekonda, uso umesinyaa na mvi kuongezeka kichwani mwake maradufu. Alionekana kama mtu ambaye katika kipindi hicho hakupata kula wala kulala vizuri. Kwa ujumla, alionekana kama mtu aliyekuwa katika mateso makubwa, kimwili na kiakili, kiasi cha kulisahau tumbo lake na kuipuuza afya yake.

Haukuwa uongo. Ubongo wa Kambambaya ulikuwa katika changamoto nzito kuliko zote zilizowahi kumkuta kazini. Vifo vya watu, askari kwa raia wasio na hatia, vilimchanganya sana. Matarajio ya maafa mengine, wakati wowote, mahala popote, huku wanausalama wakiwa hawana uwezo wa kuyadhibiti, yalimchanganya zaidi, nusura kumtia kichaa.

Kutoweka kwa Joram Kiango, kutoweka kwa mwili wa msichana anayeshukiwa kuwa aliuawa na Joram katika chumba cha kuhifadhia maiti, mlolongo wa mauaji ambayo, kwa namna zote, yanahusiana na matukio hayo yaliendelea kuwa kiini cha akili yake kuhangaika kupita kiasi.

Idara yake na jeshi zima la polisi walikwishafanya kila ambacho walistahili kukifanya, kwa nia ya kuimaliza kadhia hii mapema; bila mafanikio. Kila polisi alipewa picha ya Joram Kiango na kuamriwa kutoa taarifa mara atakapoonekana. Zaidi ya watu mia tayari walinaswa kwa kufananishwa naye. Vituo vyote vya mabasi, viwanja vyote vya ndege, stesheni za treni na, hasa, vichochoro vya miguu vinavyotoka nje ya Dar es Salaam viliwekewa ulinzi mkali kwa dhamira hiyo. Bado si Joram wala mtu yeyote anayeelekea kuhusika na maafa haya aliyekamatwa.

Hali kadhalika, maiti iliyetoweka Muhimbili ilitafutwa kwa namna zote bila mafanikio. Vibali vyote vya mazishi vilipigwa marufuku kwa muda, kila mwili unaosafirishwa ukikaguliwa na kupekuliwa kwa makini kabla ya kuruhusiwa kuondoka. Ule mwili mzuri, wa aliyekuwa Mona Lisa, haukupatikana.

Ilikuwa kama ametoweka kama hadithi za Biblia au zile za Alfu Lela u Lela.

Pengine nuru pekee ambayo Kambambaya alianza kuiona katika mkasa huu ni ile ya kufahamika kwa jina la marehemu huyo aliyetoweka. Moja ya taarifa za karibuni ilikuwa ile ya kuitambua picha ya marehemu Mona Lisa kama mmoja wa wapangaji wao ambaye alikuwa hajaonekana hotelini hapo kwa siku mbili bila taarifa yoyote. Vitabu vya wageni vilimtambulisha kama mkazi wa Arusha aliyetokea Zanzibar na kuja Dar es Salaam ambapo tayari alikaa kwa wiki moja. Nafasi ya kabila ilimtaja kama Mmanyema.

Siku zote, mwanausalama anapopata jina huwa ni hatua moja mbele. Lakini haikuwa hivyo katika hili. Hali hiyo ilitokana na pale picha hiyo ilipopelekwa kwa yule mtumishi wa Hoteli ya *New Africa* aliyelazwa MOI alipomtambua kama mgeni aliyefika hotelini hapo alfajiri na kuomba kuonana na mgeni mwingine aliyejiandikisha kama Kondo Mtokambali, mgeni ambaye mara tu alipoanza kukiendea chumba cha Mtokambali mlipuko mkubwa wa bomu ulitokea ukifuatiwa na yale mauaji ya kutisha.

Madai hayo yaliongeza utata katika fikra za Kambambaya na wapelelezi wenzake. Haikuyumkinika mtu aliyeuawa, tena kwa risasi, maiti yake ikapotea kimiujiza kutoka chumba cha maiti, adaiwe kuwa alionekana alfajiri akidai kuonana na mtu anayetuhumiwa kwa mauaji yake. Kambambaya aliamua kumchukulia majeruhi yule wa *New Africa* kama mtu ambaye kwa ajili ya hofu ama kutokana na akili yake kuathiriwa na mlipuko wa bomu, hakuwa na hakika na madai yake.

Uchunguzi mkali uliofanyika katika chumba cha marehemu pia haukumsaidia sana. Zaidi ya nguo zake chache, vitabu vya riwaya na vipodozi hakikupatikana kitu chochote ambacho kingewezesha kufahamika haraka kwa habari za marehemu huyo.

Hivyo, polisi wa Arusha walipopewa jukumu la kutafuta habari za marehemu mwenye jina hilo, Kambambaya aliendelea kuyatia matumaini yake yote katika haja ya kupatikana kwa Joram Kiango, haraka iwezekanavyo. Aliamini kuwa hiyo ingekuwa njia ya mkato zaidi ya kufikia ufumbuzi wa kadhia hii.

* * *

Mageuzi ya uchumi, kwa lugha nyingine mfumo wa ubepari, ambao ulipokelewa na kuhalalishwa nchini Tanzania kwa jina la kutatanisha, utandawazi, yaliambatana na kuchangamka vilivyo kwa Uwanja wa Ndege wa Dar es Salaam. Idadi ya ndege za kuingia na kuondoka, iliongezeka kila siku, jambo ambalo lilipelekea kuwapo kwa pilikapilika nyingi za watu, 'magari na mizigo uwanjani hapo. Hazikupita dakika mbili bila ya gari moja kufika, lingine likiondoka; likiwa na abiria. Aidha, kama ilivyokuwa katika vyumba vya kusubiria safari, eneo la nje pia lilikuwa na watu wengi, baadhi yao wakisindikiza, baadhi wakiwapokea wageni wao, baadhi wakiendesha biashara zao mbalimbali.

Ni katika hali hiyo teksi moja ilipomshusha abiria mmoja, aliyekuwa na kijimfuko kidogo tu mkononi. Abiria huyo alilikodi gari hilo toka mtaa wa Uhuru, Kariakoo. Kwa kiasi fulani, alionekana abiria wa ajabuajabu kwa dereva wa teksi iliyomleta. Alikuwa mkimya sana, kinyume kabisa na abiria wengi wa jijini Dar es Salaam. Mara baada ya kutamka maneno "*Airport*"... mwendo wa haraka, tafadhali," halikumtoka neno jingine. Jitihada za dereva huyo kumshirikisha katika maongezi hazikuzaa matunda.

Dereva wa teksi hiyo aliamua kumchukulia abiria wake kuwa ni wa ajabu tangu pale abiria huyo alipolifuata gari lake na kuomba kupelekwa Uwanja wa Ndege. Alikuwa ameshuka kutoka katika teksi nyingine yenye namba za 11, jambo ambalo lilimfanya dereva huyo ahisi kuwa ama ni mkorofi katika malipo au hajui anakokwenda. Ili kuwa na hakika ya malipo yake, alimtajia bei ya juu zaidi. Abiria huyo alikubali kwa kichwa huku akifungua pochi yake na kutoa pochi nyingine ndogo iliyokuwa ndani yake, akaifungua na kutoa pesa alizomlipa dereva.

Jambo jingine lililomshangaza dereva huyu kwa abiria wake ni mavazi. Pamoja na abiria huyo kufunika sehemu kubwa ya sura yake kwa miwani mipana ya jua, huku nusu ya kichwa chake kikiwa kimemezwa na kofia pana ya jua, bado dereva alipata hisia kuwa mavazi hayo yalimficha kiumbe mmoja mzuri sana. Kilichomshangaza ni pale alipogundua kuwa kiumbe huyo alikuwa amevaa suruali ya *jeans* ambayo ilionyesha kuchakaa kidogo na jaketi lililofanana na suruali hiyo, ambalo nalo pia lilikuwa na dalili ya kuchafuka au kutumiwa kwa muda mrefu zaidi.

"Unasafiri au unatarajia mgeni?" Dereva alijaribu tena maongezi.

"Mgeni."

"Anatokea wapi?" Kimya.

"Wewe mwenyewe unaishi hapa jijini au nje?"

Kimya.

Dereva akaamua kuufyata mkia hadi alipowasili uwanjani na kumfungulia mlango. Alishuka taratibu, akauendea ukuta wenye ratiba za safari na kuusoma kwa dakika mbili tatu. Baadaye, alichanganyika na watu wengine ambao walikuwa wakisubiri wageni ama wakisubiri safari.

* * *

Joram Kiango alimwona mgeni huyo kitambo. Alimwona pale alipoketi na wageni wengine, akiwa na gazeti la *Daily News* mkononi. Ni gazeti hilo ambalo lilimsaidia Joram Kiango kumshuku haraka. Alikuwa halisomi kwa makini. Kwa ujumla, alikuwa halisomi kabisa bali alilitumia kama ngao ya kuuficha uso wake, wakati macho yake yakitazama huku na huko kwa makini sana.

Kabla ya kulinunua gazeti hilo mwanamama huyo alikwenda maliwatoni mara mbili na kutoka akiwa na dalili za mshangao mkubwa machoni mwake. Msala aliouingia mara zote hizo ni ule ambao Joram aliutumia kuificha ile pete, nyuma ya sinki la maji. Mgeni wake alikwenda moja kwa moja na alikaa huko kwa dakika mbili nzima. Kisha alitoka na kutazama huko na huko kwa takriban dakika tano nzima kabla hajakwenda tena. Alipotoka ndipo aliponunua gazeti na kuketi kwa utulivu, lakini macho yake yakiwa kazini.

Joram hakuwa na shaka kuwa huyu alikuwa ndiye mgeni wake. Ingawa alikuwa hajapata wasaa wa kumkaribia, lakini umbile lake na mwendo wake vilitosha kumfanya apoteze mpangilio mzima wa ratiba yake ya awali. Hii ilitokana na ukweli kuwa umbile lile na mwendo ule haukuwa wa binadamu mwingine yeyote yule zaidi ya Mona Lisa! Mona Lisa ambaye ni marehemu! Mona Lisa ambaye pamoja na kuwa marehemu amekuwa akimfuatafuata kila anakokwenda!

Joram angeweza kumwendea msichana huyo, pale pale alipokuwa, na kumuuliza yakoje mambo haya. Angeweza kumlazimisha, ili aupate ukweli wa kitendawili hiki kinachomsumbua. Hata hivyo, alisita kufanya hivyo mara moja kwa sababu nyingi; kwanza ikiwa kwamba sehemu hiyo haikuwa mwafaka kwa majadiliano mazito kama hayo.

Pia, haukuwa wakati mwafaka kwani Mona Lisa hakuwa mgeni pekee wa kutatanisha uwanjani hapo. Muda mfupi kabla Mona Lisa hajafika macho mazoefu ya Joram yaliwaona wageni wengine wa kutiliwa shaka. Walikuwa wanaume wawili. Waliketi mahala wakinywa soda na kusoma magazeti. Lakini akili yao haikuwa kwenye soda wala magazeti. Walikuwa kazini, macho yao yakikitazama kila kitu na kila mtu kwa makini. Mara kwa mara mikono yao iliingizwa katika mifuko yao ya koti, ambayo kwa uzoefu wa Joram Kiango, ilihifadhi silaha.

Joram aliwatazama watu hawa kwa muda mrefu. Aliwashuku zaidi pale mwanamke huyo mwenye umbile la Mona Lisa alipofika, ambapo mmojawao alitoa simu yake ya mkononi na kuzungumza kwa muda mfupi. Baada ya hapo wote walionekana makini zaidi.

Si hao tu. Polisi na wanausalama uwanjani hapo walikuwa wengi kuliko kawaida. Joram angeweza kumnusa polisi yeyote hata akiwa mita mia moja kutoka alipo, awe na magwanda asiwe nayo. Kwa hesabu za harakaharaka Joram aliona kama idadi ya askari wasio na magwanda haikupungua sita, huku wenye magwanda, wanaopita huko na huko wakiwa maradufu. Wote walionekana kama waliokuwa na majukumu yasiyo ya kawaida, majukumu ya ziada, ambayo yalifanya wasiwe na ile hali ya utulivu na kujiamini kama ilivyo kawaida yao.

'Subira Joram, subira! Ni subira pekee itakayokuwezesha kuufikia mradi wako,' Joram alijinong'oneza kimoyomoyo.

Aliitazama saa yake. Ilikuwa inakaribia saa moja na robo za usiku, robo saa zaidi ya muda ambao Papaa Mulumba aliahidi kuja kukusanya vifaa vyake, jambo ambalo lilimtia hofu Joram Kiango, kuwa ujio wake huo ungeweza kutibua mpangilio aliokuwa nao na, hivyo, kutibua mwelekeo wa mambo. Kwa bahati, Papaa alichelewa.

Joram akaendelea kusubiri, mikono yake ikiendelea kusugua vyoo na sakafu za choo baada ya choo, macho yake yakiendelea kufuatilia kila tukio katika maeneo yote yaliyofikiwa na upeo wa macho hayo. Na kila alipopata mwanya aliituma mikono yake ndani ya mavazi yake kuhakikisha kuwa silaha na vifaa vyake vyote viko salama na angeweza kuvifikia muda wowote wakati utakapojiri.

Mambo yalitokea ghafla na haraka kuliko Joram alivyotegemea. Alikuwa ameinama kuokota kishungi cha sigara iliyotupwa na msafiri mmoja aliyeonekana mlevi. Wakati akiinuka alimwona mmoja wa wale wanaume wawili akimlenga bastola yule mwanamama mwenye sura na umbile la Mona Lisa. Kulikuwa na sekunde chache tu kati ya uhai na kifo cha mwanamama huyo, ambaye alikuwa amegeuka upande mwingine. Joram hakufikiria mara mbili. Aliichomoa bastola yake na kumlenga mtu huyo kwenye bega la mkono wake wa kulia. Akavuta kifyatulio.

Mlipuko wa bastola hiyo, kilio cha ghafla cha mtu aliyejeruhiwa na kuanguka kwa bastola aliyokuwa ameishikilia mkononi, vilizua purukushani ya ghafla chumbani humo. Umati wa watu ulikurupuka na kuanza kukimbia huko na huko, wengi wakiwa hawajui kitu gani kimetokea.

Mtu wa pili alipoona mwenzake kaanguka, damu nyingi zikimvuja toka begani naye aliitoa bastola yake na kumlenga mwanamama yule. Alikuwa amechelewa. Risasi mbili zilimwingia mwilini, moja ikiwa imetoka katika bastola ya Joram, ambayo ilimvunja bega, ya pili ikiwa imetoka katika bastola ya mwanamama huyo na ilimwingia barabara kifuani. Alikata roho hata kabla hajaifikia sakafu ambayo aliiangukia kifudifudi.

Matukio hayo ambayo yalitokea ndani ya sekunde ishirini tu yalizidi kuwasha moto wa hofu na purukushani uwanjani hapo. Wako walioendelea kukimbia huko na huko, wako waliojilaza chini ya viti na wako pia walioduwaa wima wakiwa hawajui lipi la kufanya.

Ni wanausalama waliokuwa katika eneo hilo ambao walimtia hofu Joram. Wote walichupa chini na kuzielekeza bunduki zao kwa mwanamama huyo huku mmoja wao akitoa amri ya kumtaka adondoshe silaha yake chini. Mmoja kati ya wanausalama hao alikuwa amemwona Joram na kumpiga risasi bila kulenga vizuri. Risasi hiyo ilimchubua paja la mguu wake wa kushoto. Risasi ya pili Joram aliikwepa kwa kujirusha chini na kujikinga kwa pipa la taka. Wakati huo huo mkono wake ulikuwa ukiishughulikia ile chupa yake yenye moshi wa pilipili aliyoinunua duka la silaha. Aliifungua na kuirusha katikati ya chumba hicho. Ilipotua ilipasuka kwa mlio mkubwa wa kitu kama bomu, lililofuatiwa na ukungu mkubwa wa moshi unaowasha kupita kiasi. Kila mtu alifumba macho yake akilia kwa maumivu makali.

Kila mtu, isipokuwa Joram Kiango ambaye, alikuwa amejiandaa. Yeye aliutumia mwanya huo kuchupa hadi alipokuwa yule mwanamama na kumshika mkono huku akimwelekeza mlangoni. "Twe'nzetu," alimhimiza.

"Joram Kiango?" Mwanamama huyo aliuliza.

"Ndiye, twende!" Joram alimwamuru akimvuta kutoka nje.

Akiwa ameshikwa kwa mkono wenye nguvu kama koleo, akiwa haoni, huku machozi yakimtoka kwa maumivu ya macho, mwanamama huyo alikubali kuongozwa kikondoo toka ndani ya chumba hicho.

Hakuna asiyejua hofu ya bomu. Tangu ugaidi ulipopamba moto duniani, Marekani na ubabe wake iliposhindwa kufanya lolote wakati yale majengo yake marefu zaidi kati ya machache ya aina hiyo duniani yakilipuliwa kwa ndege za abiria zilizogeuzwa mabomu; nchi ya Irak ilipogeuka uwanja wa majaribio ya kila aina ya bomu; hofu ya bomu iliingia katika moyo wa kila binadamu anayeishi katika karne hii.

Kwa Watanzania hofu ya mabomu iliongezeka maradufu Agosti 7, mwaka 1998, pale wakazi wa Dar es Salaam waliposhuhudia bomu moja tu likiulipua Ubalozi wa Marekani pale Oysterbay, Barabara ya Bagamoyo, bomu ambalo lililipuka sambamba na lile la Nairobi, ambalo nalo liliulipua Ubalozi wa Marekani nchini humo na kuteketeza mamia ya watu wasio na hatia. Hofu ambayo ilizidishwa na vyombo vya habari, vikiongezwa nguvu na vile vya Marekani yenyewe, ili iweze kuhalalisha malengo yake ya kisiasa na kiuchumi duniani.

Ni hofu hii ambayo ilimkumba kila mtu aliyekuwa uwanjani hapo jioni hii. Joram na mateka wake walipotoka nje ya jengo walikuta hali iliyokuwa nje haikuwa tofauti na ya ndani. Watu walikuwa wakilia ovyo, kila mmoja akikimbilia huku au kule bila mpangilio; wote wakiamini kuwa wakati wowote uwanja huo ungelipuka kwa bomu kubwa zaidi.

Hali hiyo ilikuwa mwafaka kabisa kwa Joram Kiango, ambaye alimvuta mwanamama huyo hadi katika eneo la kuegesha magari. Madereva wengi walikuwa wameyasahau magari yao na kukimbia bila hata kufunga milango. Dereva mmoja aliuacha ufunguo wa kuwashia gari ukining'inia sehemu yake. Joram alimsukumiza mateka wake katika gari hilo, kisha akaingia upande wa dereva na kuliwasha moto kuelekea mjini.

Gari hili lilikuwa aina ya *Mark II Grand*. Mwendo wake ulikuwa wa uhakika na petroli ilikuwa nusu tanki. Ingeweza kumfikisha Joram na abiria wake popote alipotaka. Hivyo, aliliendesha kwa mwendo wa kasi, akipita gari baada ya gari, huku akiangalia kwa makini kwenye kioo cha ndani kama hafuatwi. Nyuma yake barabara ilionekana nyeupe. Ukiacha magari mengi ya kupishana nayo Joram hakuona gari lolote nyuma yake, ambalo lingeweza kumtia mashaka.

Pamoja na kutazama magari, Joram Kiango alikuwa makini vilevile kumtazama abiria wake. Alipomwona akichupa angani na kutua sakafuni bila kishindo chochote kama paka shume kuufuatia ule mlipuko wa bastola, na alivyomwona akiitoa bastola yake kwa wepesi wa ajabu na kummiminia risasi yule mtu aliyetaka kumuua pale uwanjani, Joram alijua huyu si mwanamke wa kawaida. Macho yake hayakuonyesha dalili yoyote ya hofu wala mshtuko hata pale mlipuko wa lile bomu la bandia ulipotokea. Ni pale tu chumba kilipojaa ukungu wa moshi wenye pilipili ndipo, kama watu wengine, alishindwa kujizuia na kupata upofu wa muda, huku machozi yakimtiririka, machozi ambayo yalianza kunyauka, lakini mwenyewe akaendelea kuyafumba macho yake na kutulia pale kwenye kiti katika hali ya ukimya na upole; tofauti kabisa na yule chui jike aliyecharuka dakika mbili tatu zilizopita pale uwanjani, chui ambaye hadi sasa aliishikilia bastola yake, japo kwa kuificha katika mfuko wake wa mkononi. Joram hakuwa na shaka kuwa wakati wowote mwanamama huyu angeweza kucharuka tena na kuanzisha purukushani. Wakati wowote angeweza kuua, na safari hii marehemu mtarajiwa asingekuwa mwingine zaidi ya Joram Kiango, wazo ambalo lilimfanya aongeze umakini wa kumchunguza.

Kitu kimoja kilimsumbua Joram katika sura na umbile lake. Toka alipoanza kumchunguza pale uwanjani na mpaka sasa akiwa naye ubavu kwa ubavu, mwanamama huyu hakuwa mwingine zaidi ya Mona Lisa. Urefu wake wa kadiri, umbile kike kabisa, ngozi laini ya maji ya kunde; Mona Lisa mtupu! Lakini kile alichokiona pale uwanjani, alivyomwona anavyocharuka kama kifaru aliyejeruhiwa mara alipohisi kutishiwa uhai wake, alivyolenga shabaha na kumuua yule mtu kwa wepesi na utulivu wa ajabu, Joram aliapa kimoyomoyo; 'Hapana, huyu si Mona Lisa.' Kwanza, Mona Lisa alikuwa amekufa pale kitandani, mbele ya macho yake. Kisha, Mona Lisa yule hakuwa mtu wa kuweza hata kumuua mende huku akiwa ametulia kama tembo aliyekanyaga sisimizi.

Mwanamke huyu ni nani? Ni swali ambalo alikusudia mwanamke mwenyewe alijibu wakati utakapojiri. Ampe jibu hilo na pengine majibu ya mlolongo mzima wa kitendawili hicho. Alikuwa na kila hakika kuwa mwanamke huyo alikuwa ama kufuli ama ufunguo wa mengi yaliyofichika katika kadhia hii. Ni hilo lililomshawishi akubali kuhatarisha maisha yake kwa kumteka nyara, na kumwingiza katika gari hili, ili aweze kupata mahala ambapo angehakikisha anapata majibu yote, kwa bei yoyote.

Walipofika katika makutano ya Barabara za Nyerere na Mandela taa za barabarani ziliwazuia. Ilibidi wasubiri. Ni mwanga toka gari la nyuma yao uliomfanya Joram ashituke kwa jinsi alivyoloa damu. Lile jeraha la risasi, ambalo awali aliliona dogo, lilikuwa linavuja damu nyingi kiasi cha kumfanya ajikute amekalia kiti kilichojaa damu, huku yale mavazi ya Papaa Mulumba ambayo alikuwa hajayavua yaloe chapachapa.

Hilo lilimsumbua Joram kiasi. Hakuona kama alikuwa na nafasi ya kutosha ya kujisafisha. Kadhalika, gari alilokuwa akiliendesha lilikuwa la kupora. Alitarajia kulibadili mara baada ya kuingia mjini, hatua ambayo pia ililenga kumpoteza mtu yeyote ambaye anaweza kuwa anawafuata au trafiki ambao punde watapewa taarifa ya wizi wa gari na namba zake. Akiwa ametota kwa damu, akiwa na abiria asiyetabirika wala kuaminika, hata kwa sekunde; Joram hakuona kama ulikuwepo uwezekano wa kushuka ndani ya gari hilo na kukodi jingine. Akaamua kuendelea nalo.

Kitu kingine ambacho kilimsumbua Joram ni utulivu wa mwanamama huyo. Alivyotulia pale juu ya kiti, macho kayafumba kana kwamba yuko usingizini, kana kwamba ni mwanamke wa kawaida anayesafiri na mumewe; ni jambo lililomtisha Joram. Liliashiria ukongwe na uzoefu wake. Kwa jinsi alivyoifahamu ile sumu ya pilipili, baada ya dakika tano huwa imekatika machoni, kwa mwanamke ngangari kama huyu, dakika mbili au tatu tu zilimtosha awe amefumbua macho na kuanza kutazama uwezekano wa kuendelea na ratiba yake.

Kwa Joram utulivu wake uliashiria jambo moja tu, uzoefu, hakuna jambo jingine. Joram aliamini kuwa ndani ya ukimya na utulivu huo mwanamama huyo alikuwa kazini akiandaa mikakati mipya, mikakati ambayo kwa vyovyote haikumkusudia jema lolote.

Joram hakuona kama alikuwa na la kufanya katika hatua hiyo. Akaendelea kusubiri. 'Subira yavuta heri!' alijikumbusha.

Taa ziliporuhusu aliliondoa gari kwa kuiacha Barabara ya Nyerere na kuifuata ile ya Mandela. Ilimchukua hadi inapokutana na ile ya Morogoro. Taa zilikuwa zikiwaka kijani. Hivyo, alivuka na kuifuata ile ya Chuo Kikuu, Mlimani. Aliifuata hadi Mwenge, ambako aliiacha na kuiingia ile ya Ali Hassani Mwinyi.

Alijua anakoelekea.

* * *

Ndiyo, purukushani za pale Uwanja wa Ndege zilimshtua takriban kila mtu. Mameneja waliziacha ofisi zao na kukimbilia vyooni, maafisa wa kawaida wakikurupuka kukimbilia huku na kule huku watu wengine, abiria kwa wasio abiria, wakihaha ovyoovyo. Mamia waliumia vibaya kwa kugongana au kuanguka. Watu watatu walipoteza maisha kwa kukanyagwakanyagwa na watoto kadhaa walipotezana na wazazi wao.

Hata hivyo, hali hii ilimsisimua sana mtu mmoja. Huyu alifuatilia kila tukio na kila kitendo kwa makini, tabasamu jembamba likiwa limechanua usoni mwake. Mtu huyu alikuwa na majina mengi. Zamani kidogo aliwahi kumtania mmoja wa waajiri wake aliyekuwa amemtumia zaidi ya mara mbili kwa kumwambia, "Majina yote duniani yangu," pale mwajiri huyo alipomuuliza ana majina mangapi baada ya kumtajia majina mapya kila walipoonana.

Safari hii bwana huyu alijiita Othman Mchopanga, jina ambalo lilikuwa kwenye kitambulisho chake bandia kinachomtambulisha kama mkurugenzi wa fedha katika kampuni moja inayojihusisha na uagizaji wa vipuri vya magari na mitambo mbalimbali.

Mchopanga alifika kiwanjani hapo muda mfupi kabla ya kuanza kwa purukushani. Alisimama nje ya uwanja, sigara mdomoni, mikono mfukoni, macho yake yakiwa kazini yakimtazama kwa makini kila mtu anayeingia na anayetoka. Alimwona yule mwanamke aliyeshuka harakaharaka kwenye gari na kuingia ndani ya chumba cha kusubiria.

Pia, aliwaona wale watu wawili waliokuwa wakimfuatilia mama huyo, sura zao zikionyesha wazi kuwa woliihitaji roho yake. Aidha, alimwona pia yule mtunzaji wa vyoo na kubaini mara moja kuwa hakuwa mfagizi wa kawaida.

Baada ya kumtazama sana Mchopanga alibaini kuwa mfagizi huyo alikuwa nani, jambo lililofanya tabasamu lake lizidi kuchanua.

Lakini kitu kilichomvutia zaidi ni yule msichana mwenye miwani na kofia pana ya jua. Alimjua fika msichana yule. Alimjua kuanzia sauti, ukucha hadi unywele wake wa mwisho. Alikuwa amemfuatilia kwa wiki nzima, usiku na mchana, kabla hajapewa ile amri ya mwisho, ya kumuua. Na alimuua kwa mkono wake mwenyewe, pale kitandani na kumwacha bwana wake akikoroma kama nguruwe lililochoka, kazi ambayo aliifanikisha kwa urahisi baada ya kupenyeza mvuke wa dawa za kulevya chumbani humo na, hivyo, kuwafanya walale fofofo, nusu maiti, kwa muda mrefu.

Mchopanga hakuwa mtu wa kuua wanawake. Wala hakuwa mtu wa kuua binadamu waliolala usingizi. Kwa kawaida, alipenda kumuua mtu huku marehemu mtarajiwa akikiona kifo kinavyomchukua. Alipenda kuyaona macho ya anayeuliwa yakitoka pima; kumtazama muuaji wake pindi risasi inapopenya kifua na kuuchoma moyo.

Hivyo, ingawa kazi ya kumuua mwanamke yule, ilikuwa nyepesi kuliko kazi zote alizowahi kufanya, ikiwa na malipo murua kuliko yote aliyowahi kupokea, bado aliiona nzito sana; si kwa ajili ya kumuua mwanamke tu, tena akiwa usingizini. La hasha! Ugumu wake ulitokana na mwanamke anayeuawa. Alikuwa msichana mzuri, mzuri, mzuri. Mchopanga hakupata kukutana na mwanamke aliyekamilika kama huyu, sura ya kusisimua, umbile la kupendeza na mwendo wa kuvutia. Zile siku saba za kumfuatilia, kwake ilikuwa adhabu kubwa. Alitamani kuzungumza naye, aisikie sauti yake. Kuisikia tu! Alitamani agusane naye ili aionje ladha ya ngozi yake. Kuionja tu! Uwezo alikuwa nao. Ushuri moja ya pesa alizolipwa kwa kazi ndogo ya kumwondoa duniani zingetosha kumfanya msichana huyo apate wazimu.

Hata hivyo, Mchopanga alijitahidi kumshinda nguvu shetani wake. Maadili ya kazi yake hayakumruhusu kufanya mzaha wa aina yoyote. Vilevile, hakuona kama mwajiri wake alikuwa mtu wa kuvumilia upuuzi wa aina yoyote. Lakini, kubwa zaidi ni msichana mwenyewe. Muda wote wa kumfuatilia alimwona kama mtu asiye wa kawaida. Wakati wote alikuwa makini, macho yake yakiwa na kila dalili ya hadhari kama aliyejua kuwa anafuatiliwa, hali iliyomfanya ajione kama kitendo chake cha kumfuatilia kilikuwa sawa na kucheza na chui jike aliyejeruhiwa. Hakujua kwa nini alilipata wazo hilo. Badala yake aliendelea kumfuatilia na kutoa taarifa ya nyendo zake zote kwa mwajiri wake hadi pale alipopewa amri ya kumuua usiku ule.

Amri hiyo aliitekeleza kikamilifu, lakini, saa ishirini na nne baadaye akaarifiwa kuwa alikosea na kumuua mtu asiyehusika. Na kwamba mtu aliyemwacha hai, pale kitandani, alikuwa Joram Kiango, mtu ambaye alitakiwa kufa mara elfu moja na zaidi badala ya yule msichana.

Taarifa hiyo ilimchanganya Othman kuliko jambo lolote jingine. Katika maisha yake ya ajira hakuwahi kukosea wala kuua kwa bahati mbaya. Alikuwa makini na alilifuatilia windo lake kwa makini kabla ya kuitekeleza kazi yake. Alikuwa na hakika asilimia mia moja kuwa mtu aliyemuua ndiye aliyekusudiwa, uhakika ambao ulianza kuingia mashaka pale alipomwona mtu yule yule, akiwa katika mwendo na tabia yake ile ile, japo katika mavazi tofauti pale uwanjani. Mashaka yake yaliongezeka zaidi pale alipomwona mwanamama huyo, akibadilika ghafla na kuwa kama paka shume aliyetishiwa maisha yake. Othman Mchopanga alimhusudu alipomwona akichupa angani na kutua chini kwa utulivu kama unyoya. Alimhusudu zaidi kwa wepesi wake na shabaha sahihi wakati alipoitoa bastola yake huku angali angani na kumuua mmoja wa maadui zake bila kuonyesha jitihada yoyote katika kulenga shabaha.

Othman Mchopanga alisisimkwa na damu zaidi alipomwona yule mfagizi akipata uhai ghafla na kuyaweka mambo chini ya himaya yake. Alimwona alivyo mwepesi wa mwili na akili. Aliona vidole vyake vilivyokuwa 'sharp' katika kuchezea bastola na hila aliyoitumia katika kulilipua lile bomu lisilo na madhara, lililokusudiwa kuongeza mparaganyiko wa mambo uwanjani hapo ili apate mwanya wa kutoroka. Alimwona alivyomnyakua yule msichana kama kuku na kinda lake na kumwongoza nje. Alimwona pia alivyopokonya gari na kulitia moto. Hata alifanikiwa kunukuu namba ya gari lile. Othman Mchopanga hakuhitaji ushahidi zaidi wa kuhakikishiwa kuwa mtu huyo hakuwa mwingine zaidi ya Joram Kiango.

Awali, jukumu lililomleta Mchopanga uwanjani hapa lilikuwa dogo tu, kuhakikisha yule msichana ameuawa na kisha awaue wale wauaji wake ili kufuta uwezekano wowote wa kuvuja kwa kiini cha mauaji hayo. Na kama wauaji hao wangeshindwa tena kumuua msichana yule mdogo yeye aliagizwa kutekeleza mara moja.

Angeweza kuitekeleza kazi hiyo kwa urahisi kabisa. Ule moshi wa pilipili uliowapa watu wote upofu wa muda yeye haukumfikia. Hali kadhalika, milipuko ya lile bomu la kuparaganyisha watu yeye haikufanikiwa kumtisha kwani alikwishaizowea. Hata hivyo, alisita kufanya hivyo kwa sababu mbili za msingi. Moja, ni mabadiliko ya mambo yaliyotokea. Kuwepo kwa Joram Kiango katika eneo hilo na kujiingiza kwake kikamilifu katikati ya dimba la mambo hayo kulimfanya asite kufyatua bastola yake ambayo ilikuwa imemlenga vizuri sana kisogoni, wakati akimvuta yule msichana kuelekea kwenye gari.

Lakini sababu nyingine, ambayo Othman Mchopanga aliiona ya msingi zaidi ilitokana na malipo. Fedha alizolipwa, japo zilikuwa nyingi, bado hazikumhusisha Joram Kiango. Uzito wa jina lake na ukali wa kiu ya damu yake kwa mwajiri wake vilifanya aamini kuwa pato lake lingepanda maradufu kama angezungumza kabla sio baada ya kuitekeleza kazi hiyo.

Hivyo, wakati Joram Kiango na msichana wake waliondoka uwanjani yeye pia aliliendea gari lake, aina ya *Pajero,* na kulitia moto. Aliwafuata kwa mwendo wa wastani akiruhusu magari matatu au manne kuwatenganisha. Wakati huo huo simu yake ya mkononi ilikuwa hai ikitoa taarifa ya mwenendo wa mambo uwanjani hapo.

"Joram tena!" sauti upande wa pili ilifoka. "Na bado hukumua!"

"Ningeweza kumuua. Hata sasa bado naweza kumuua vizuri tu, yeye na yule msichana wake anayeonekana anataka kufa mara mbili. Lakini unajua hatujazungumza mzee?"

"Kuzungumza nini tena?"

"Dau."

"Dau?"

"La kichwa cha Joram Kiango."

"Akh! Hilo tu? Ungemuua, halafu tukazungumza."

"Unajua huwa sifanyi kazi kwa mkopo mzee? Joram anaweza kufa wakati wowote, usiku huu. Lakini si kabla ya kupokea dau langu."

Sauti upande wa pili ilionyesha hasira kidogo iliposema, "Huu ni usiku sana. Kesho saa mbili utalipata dau lako. Lakini Joram na huyo malaya wake lazima wafe usiku wa leo. Jua likichomoza kesho, wangali hai, kazi itakuwa imekushinda."

Mchopanga aliitafakari kauli hiyo kwa muda. Aliujua ugumu wa kumwachia Joram Kiango usiku huo ili apate malipo yake kwanza, halafu aanze kumtafuta baadaye.

Ingekuwa sawa na kurudia kosa. Yule msichana vilevile, roho yake ilitakiwa kwa udi na uvumba. Mamilioni ya fedha yalikuwa tayari yametapanywa kwa watu mbalimbali kwa dhamira hiyo bila mafanikio. Kumpoteza ingekuwa kosa jingine.

"Haya, nimekubali," alisema baadaye.

"Umekubali?"

"Kuwaua usiku huu, kesho nione pesa zangu zikiwa tayari katika akaunti yangu. Kama utashindwa kufanya hivyo, elewa kuwa kichwa chako kitakuwa asusa yangu kesho."

Mchopanga alisikia kitu kama kicheko cha kebehi kutoka upande wa pili, kicheko kilichofuatiwa na neno, "Vizuri," na kisha, "Bila wasiwasi wowote."

Maneno hayo yalimfariji. Akautia mkono wake mfukoni na kuipapasa bastola yake *Smith & Wesson 459*, iliyokuwa imejaa risasi. Mfuko wa pili ulikuwa na visu viwili vya aina mbalimbali; kamba ya nailoni maalumu kwa kunyongea, kijaluba chenye unga wa *cocaine* na vikorokoro vingine. Chini ya kiti cha gari hilo alihifadhi bunduki yake kubwa, AK-47, na kasha la risasi. Pembeni mwa bunduki hiyo palikuwa na nyundo, rundo la funguo bandia na chupa mbalimbali za ainaaina za sumu.

'Niko barabara', Othman Mchopanga aliwaza, akilifuata gari la Joram kwa makini zaidi.

Gari lao lilipovuka kuifuata Barabara ya Mwenge, yeye alipinda kuifuata ya Chuo Kikuu cha Mlimani. Alijua angewakuta wapi.

Kwa ujumla alijua wanakoelekea.

Sura ya Nane

❂⊙·⊙❂

ULE wimbo uliozoeleka, wa 'Hali ngumu ya uchumi', ambao uliimbwa zaidi na viongozi wa serikali na chama tawala kuanzia miaka ya themanini uliambatana na vikolombwezo lukuki. Miongoni mwa vikolombwezo hivyo ni kutoweka kwa uhuru wa kujitawala kiuchumi na badala yake akina IMF na Benki ya Dunia kushika hatamu. Na walizishika kwelikweli. Walimimina amri baada ya amri, zote zikiielekeza serikali kujitoa katika huduma nyingi za jamii. Elimu, ambayo awali ilitolewa bure, ikawa ya kulipia na, hivyo, kufanya watu wengi washindwe kuimudu, huduma za afya kadhalika zikawa hazishikiki, mashirika ya umma yakauawa moja baada ya jingine huku maelfu ya waliokuwa watumishi wake wakitupwa nje ya soko la ajira. Kitu kinachoitwa ruzuku toka serikalini kikafanywa nuksi.

Viongozi wengi, wakitembelea magari ya gharama kubwa na kuishi katika majumba ya fahari, walipokea kwa furaha kila amri kutoka juu. Walifumbia macho ukweli kuwa huko zinakotoka amri si wakulima tu bali hata ng'ombe wao walikuwa wakilipwa ruzuku. Aidha walizibia masikio ukweli kuwa kila raia asiye na kazi, tangu mtoto mchanga, alikuwa akilipwa posho hadi anapopata ajira, na kwamba mwananchi kupata ajira lilikuwa jukumu la serikali pia, si raia pekee.

Hivyo, katika hali hiyo hakuna aliyeona kama ni jambo la ajabu pale wizara inayohusika na masuala ya ardhi, kama wizara nyinginezo, ilipojisahau kwa miaka kadhaa na kulifanya suala la mipango ya miji kama mojawapo ya anasa. Upimaji wa maeneo mapya ulisimama, uendelezaji wa miundombinu ukasahauliwa. Wakubwa walikuwa *'busy'* kugombea ubunge, wakubwa kidogo wakihangaikia semina na warsha mbalimbali huku wale wenzangu mie wakiikimbiza shilingi, ambayo ilionekana kama imeota matairi.

Lakini maisha yalikuwa yakiendelea. Watu waliendelea kufa, watu waliendelea kuzaliwa. Jiji la Dar es Salaam lilizidi kuwa dogo, hivyo likaendelea kupanuka. Wajanja wachache waliwasukuma wenyeji katika maeneo yao asilia ya Kigamboni, Tabata, Tegeta, Bunju na kwingineko na kujenga mahekalu yao. Wenzangu walivamia vichochoro, mifereji ya maji machafu na mabonde yote yaliyolizunguka jiji la Dar es Salaam na kuweka vibanda vyao. Mradi wawe karibu na Dar es Salaam. Karibu na neema.

Ni katika hali hiyo, pale Bunju, eneo moja la ekari tano lilipopata mwenyewe. Likalimwa, likapandwa miti na mitunda na kuzungushiwa seng'enge. Katikati ya shamba hilo jengo dogo, la gorofa mbili, likaibuka. Hakuna aliyelishangaa wala kulitilia maanani kwani majengo kama hayo yalikuwa yakiibuka kama uyoga kila upande wa jiji bila mpangilio.

Hali kadhalika, hakuna aliyeshangaa jengo lilipokamilika na mzee mmoja wa Kimakonde alipokabidhiwa kulilinda, mwezi, miezi, mwaka na, hatimaye, miaka bila ya wenyewe kuhamia. Hilo pia halikuwa la ajabu kwani majengo ya aina hiyo yalikuwa mengi katika miji mipya ya kandokando ya jiji la Dar es Salaam. Baadhi ya majengo ya aina hiyo yaliwahi kukaa zaidi ya miaka kumi kwani mwenye nyumba alikuwa nazo nyingine pengine tatu au nne, watoto na wajukuu wake wakiishi Ulaya au Marekani huku ndugu wengine wakiwa wamesahauliwa vijijini.

Lakini jengo hili lilikuwa na muujiza mmoja. Mlinzi wetu wa Kimakonde hakupata kumfahamu mwajiri wake kwa sura wala jina. Si kwamba hakuwahi kumwona au kutajiwa jina lake, la hasha. Alimwona zaidi ya mara tatu. Lakini kila alipomwona mwajiri huyu alikuwa na sura au umbile tofauti. Hata mavazi yake pia hayakumsaidia sana. Kila safari alikuja na vazi tofauti na la awali; mara joho la ki-Naijeria, mara suti ya Kiingereza mara jeans za wachunga ng'ombe wa Texas; na kadhalika.

Mara zote hizo alitajiwa jina. Lakini lilikuwa gumu, la lugha iliyofanana sana na Kihabeshi au Kifaransa. Mmakonde hakulishika na asingeweza kulishika. Laiti angejua kuwa hakukusudiwa kulishika.

Kazi yake haikuwa ngumu, kutunza mazingira ya nyumba kwa kufyeka majani yanapozidi, kumiminia maua maji na kutunza nyumba. Mshahara ulikuwa mnono. Wakati walinzi wengi waliambulia shilingi 15,000 kila mwezi, yeye alipokea 50,000/= huku akiletewa chakula kingi ambacho kilimshinda.

Mzee wa Kimakonde alinenepa, akanawiri. Mashavu yake yaliyoanza kuingia ndani kwa lishe duni na upungufu wa meno mdomoni yalianza kujaa tena, sura yake ikirudia ujana. Tahamaki miaka yake sitini na minane ya umri ilishuka na kuwa arobaini na minane machoni mwa watu wengine, hali iliyomwezesha ajikute akiishi na msichana wa Kidigo, mwenye umri wa miaka ishirini, kama mama watoto wake.

Mafanikio na uhuru huo wa muda mrefu ulimfanya aanze kujisahau kuwa yeye ni mlinzi tu wa nyumba hiyo, badala yake akajiona kama mwenye nyumba. Hata aliwaambia hivyo rafiki zake wasiomjua vizuri, kwamba mwanawe anayeishi Japan ndiye aliyemjengea nyumba hiyo. Alianza hata kuota ndoto zinazoashiria mawazo hayo, ndoto ambazo zilimwonesha kuwa siku za karibuni mwanawe huyo angemletea gari la kutembelea na kumfungulia mradi wa bwawa la kuogelea.

Njozi zake hizo za usiku na mchana zilikoma ghafla, usiku wa saa tatu kasoro, pale kengele za geti zilipolia. Alipokwenda kufungua mwajiri wake aliingia na gari taratibu hadi katika banda la kuhifadhia magari. Alikuwa katika mavazi ya ajabu zaidi machoni mwa Mmakonde. Na alifuatana na mwanamke! Mwanamke mzuri! Lakini kilichomvuta zaidi Mmakonde si mwanamke bali kile alichokiona katika mavazi ya tajiri wake wakati akishuka toka ndani ya gari.

Damu!

Nguo zake zilikuwa zimeloa damu!

Mmakonde huyo alipata mshtuko mkubwa zaidi pale alipomwona tajiri wake akimvuta mgeni wake huyo ambaye alifungwa pingu za mikononi. Yeye pia alikuwa na michubuko usoni na mikononi.

"Funguo, tafadhali," aliomba huku akijaribu kumtoa wasiwasi mlinzi huyo kwa kumzawadia tabasamu jepesi.

"Funguo zipi?"

"Za geti. Sitaki mtu yeyote aingie wala kutoka humu ndani leo. Sawa?"

"Sawa... bo... bosi," alijibu akitoa funguo hizo na kumkabidhi.

* * *

Kama ilivyo katika mambo yake mengine, Joram Kiango aliijenga nyumba hii kwa siri kubwa. Akiwa amejenga katika shamba alilonunua kwa mzee wa Kizaramo aliyeamua kurudi Bagamoyo, Joram hakuhitaji kutumia jina lake halisi. Na hata maombi yake ya hatimiliki ya eneo hilo pale Wizara ya Ardhi yalikuwa katika moja ya majina yake ya akiba. Mafundi aliowatumia aliwatoa nje ya nchi na hakuonana nao mara kwa mara isipokuwa tu pale ilipobidi. Wao pia walimjua kwa majina tofauti na walikuwa wakibadilishwa kila hatua, kiasi kwamba hakukuwa na fundi yeyote mwenye ramani halisi ya jengo hilo.

Kazi nyingine, nyeti zaidi, Joram Kiango alizifanya kwa mkono wake mwenyewe, usiku na mchana, akitumia vitendea kazi ambavyo ama alinunua ama alikodisha kwa hila vilevile. Alifunga umeme kwa njia na namna zake, aliunganisha maji na mashine za kupozea hewa kwa mitindo yake na kuweka milango na madirisha kwa namna ya kukidhi mahitaji yake. Alikuwa na vyumba vya siri na milango ya siri ambayo mtu yeyote asingeibaini bila matakwa yake.

Ilipokamilika ilikuwa nyumba ya pekee, ingawa wapita njia waliichukulia kama mojawapo ya nyumba za kawaida. Kumwajiri mzee yule wa Kimakonde ili ailinde, badala ya kutumia moja ya kampuni lukuki za ulinzi zilizopo jijini, kwa Joram ilikuwa sehemu ya kuendeleza usiri wa jengo lake hilo. Mzee hakuwa mdadisi, wala hakuwa makini. Mara nyingi sana Joram amekuja nyumbani hapo na kufanya shughuli zake huku mzee akiwa hana habari. Mara mbili aliwahi kulala usiku mzima na kuondoka zake alfajiri huku mlinzi wake akikoroma.

Hivyo, kadhia hili zito, ambalo liliambatana na vifo na maafa ya kila dakika, lilimfanya Joram Kiango alazimike kuja hapa. Hakuona wapi pengine pangefaa kumweka kitako msichana huyo wa ajabu anayejiita Mona Lisa na aliyefanana naye reale kwa ya pili, msichana ambaye hashikiki, hatabiriki.

Haikuwa kazi rahisi kumfikisha hapo. Mara mbili walinusurika kifo kufuatia vurumai ambayo aliianzisha ghafla mara walipoikaribia Barabara ya Bagamoyo. Kwa bahati, Joram alikuwa tayari. Ule utulivu na ukimya wa muda mrefu aliokuwa nao toka Uwanja wa Ndege haukumpumbaza Joram.

Alikuwa makini, jicho lake la wizi likiwa halijamwacha hata kwa dakika moja. Hivyo, pale Joram alipomwona akifumbua macho kwa hila na kisha kuyafumba, huku mkono wake mmoja ukipelekwa taratibu katika mfuko wake wenye bastola, Joram alimsubiri. Mara tu alipoitoa bastola hiyo Joram alimpokonya, kitendo ambacho kilifuatiwa na pigo kali la kareti toka kwa msichana huyo. Pigo hilo lilimpata Joram Kiango barabara shingoni, likalifanya gari liyumbe, nusura kupinduka. Kwa bahati, Joram aliwahi kulizima gari huku akizuia pigo la pili na kuachia lake lililompata shingoni na kumlegeza msichana huyo. Joram aliitumia fursa hiyo kumkamata na kumtia pingu za mikono. Alishangaa kuona Mona Lisa huyo akiruhusu kufungwa pingu kwa utulivu kabisa, kinyume na matarajio yake.

"Uko tayari kuzungumza?" Joram alimhoji msichana huyo.

Hakujibu. Badala yake alifumba macho yake na kukilaza kichwa chake kwenye kiti.

Jaribio la pili alilifanya wakati gari likikaribia kuvuka daraja linaloitenga Tegeta na Bunju. Kwa kuitumia mikono yake yenye pingu, aliuvamia usukani na kuupinda akilielekeza gari kutumbukia mtoni. Joram alitumia nguvu za ziada kulirejesha barabarani. Lakini haikuwa kabla ya gari hilo kugonga ukuta wa daraja na kubonyea vibaya upande wa kushoto. Kwa bahati, magari yalikuwa yamepungua sana njiani. Vinginevyo, hadithi ingekuwa nyingine.

'Mona Lisa' alitulia tena. Hakufanya vurugu ya aina yoyote tangu gari lilipoondoka eneo hilo, likaiacha Barabara ya Bagamoyo na kufuata njia ndogo iliyowafikisha yalipokuwa makazi ya Joram Kiango. Wala hakuwa mbishi wakati geti lilipofunguliwa naye kuongozwa hadi ndani ya jumba.

"Tunahitaji kuzungumza," Joram alimwambia mara walipofika ndani. "Bila shaka mazungumzo yetu hayatakuwa mafupi." Hivyo, aliongeza, "Nadhani unahitaji kuoga. Umechakaa sana." Alimwelekeza kwenye kimojawapo cha vyumba vya wageni na kumfungulia akimwambia, "Humo kuna bafu, sabuni na dawa za meno. Nadhani utapata hata nguo za kubadili. Tumia muda wako, usiku bado mbichi huu." Joram alitoa funguo za pingu na kumfungulia mikono.

"Usijisumbue kufikiria kutoroka," alimwambia "Ni rahisi sana kuingia katika nyumba hii, sio kutoka," alisema akivuta mlango wa chumba na kuufunga kwa rimoti.

Yeye pia alihitaji kuoga. Alikuwa mchovu na mwenye njaa. Hali kadhalika, hakuwa amechafuka tu, kuchakaa. Mchanganyiko wa damu, jasho na vumbi mwilini mwake ulimfanya ajisikie kunuka. Alitamani sana aingie katika beseni lake la kuogea, alijaze maji baridi na kukaa humo kwa saa moja au zaidi.

Lakini hakuwa na muda huo. Alikuwa na mengi ya kufanya. Awali ya yote, alihitaji kukaa mbele ya komputa yake. Alihitaji majibu ya maswali aliyoyasambaza kwa marafiki zake kupitia mtandao wa *E-mail*. Hivyo, alikiendea chumba chake cha kujisomea na kuiwasha kompyuta yake ndogo, *lap top* aina ya *Mackintosh* kutoka katika kiwanda cha yule kijana tajiri kuliko watu wote duniani, Bill Gates. Akafungua mtandao wake wa huduma ya bure, *hotmail,* na kuita moja ya anwani zake zenye majina bandia.

Alikuwa hata hajatulia vizuri wakati mlio wa risasi za *Smg* uliposikika ghafla kutoka mbele ya geti lake.

* * *

Othman Mchopanga alikuwa amemfuata Joram Kiango hadi nyumbani kwake kwa urahisi kuliko alivyotegemea. Kuna wakati aliwatangulia na kuruhusu magari kadhaa kati yao, mara moja walimpita kasi na kuendelea na safari yao. Kwa mbali alizishuhudia zile purukushani za yule msichana na Joram Kiango pale darajani. Angeweza kuwaua kwa urahisi sana na kulilipua gari lao kwa tenki la gari lao lakini alisita kufanya hivyo. Alitaka kazi yake iwe nzuri, ya kujivunia, si kubahatisha.

Faida moja ya kuishi katika dunia ya kile marafiki zake wanachokiita 'dunia ya mafichoni' ni kujua mambo mengi ya watu wengine hali yako hayajulikani, mfano mzuri ukiwa safari hii ya kumfuatilia Joram Kiango. Hakuwa na papara ya kufanya lolote kwa kuwa alijua wanaelekea wapi. Alipata fununu muda mrefu kuwa jengo lile lilikuwa la Joram Kiango. Hakupata kufikiria kuwa fununu hizo zingekuwa na manufaa yoyote kwake hadi leo, wakati akiwafuata kwa kazi moja tu.

Wakati huo alikuwa na hakika kabisa kuwa hakuna mtu yeyote aliyejua kuwa mbili kati ya zile boti ziendazo kasi kati ya Dar es Salaam na Zanzibar ni zake. Hali kadhalika, kama wapo waliofahamu ni wachache sana, kuwa hoteli nne za kitalii jijini Dar es Salaam, Arusha na Zanzibar ni zake. Walichofahamu majirani zake kule Makongo Juu ni kuwa yeye alikuwa mfanyabiashara wa jumla wa vipodozi kutoka Dubai na Falme za Kiarabu. Aidha, walimtambua kama mtu mpole, mkarimu na muumini mzuri wa dini ambaye alikosa sala kwa nadra sana.

Mtu ambaye hakumtambua zaidi ya watu wote ni mkewe. Binti Kalenga, mtoto wa Kifipa aliyezaliwa na kukulia Dar es Salaam aliolewa angali kinda, mara baada ya kushindwa kuendelea na elimu ya sekondari. Baba yake, mzee Kalenga, akiwa amezibwa macho kwa kitita cha fedha za kishika uchumba, mama yake akiwa amelogwa kwa zawadi za mavazi na hereni za dhahabu kutoka Dubai, binti yao angepata lipi la kusema? Yeye pia, mara baada ya kuingia katika 'hekalu' la mume wake na kukabidhiwa umalkia wa kila kitu katika nyumba hiyo moyo wake haukuwa na nafasi ya kumchunguza mume wake. Na pale alipopewa usimamizi kamili wa bidhaa zote kutoka nje, huku mara mojamoja wakisafiri pamoja kwenda nje, alijikuta akiondokea si kumwamini tu bali *kumwabudu* mume wake. Hakuhoji chochote pale mume alipotoweka ghafla kwa siku na hata wiki kadhaa na kurejea akiwa na hadithi za 'safari ya ghafla.' Hakushangaa pindi mumewe anapoondoka mikono mitupu na kurejea akiwa na fuko lililofurika noti.

Ni siku moja tu ambapo alipata kumshuku mumewe. Alikuwa amempigia simu kuwa angesafiri ghafla kwenda Nairobi. Lakini usiku wa manane alirejea akiwa na jeraha baya la risasi katika ubavu wake wa kushoto. Hadithi yake ilikuwa fupi tu "Nimevamiwa na majambazi." Lakini Binti Kalenga alipomshauri atoe taarifa polisi alikataa katakata kwa kisingizio kuwa hakuwa na muda wa 'kuwasaidia polisi'. Hata alipomshauri kwenda hospitali vilevile aligoma kwa maelezo kuwa angelazimika kupata fomu za PF3 ambazo zingewafanya polisi wamlazimishe 'kuwasaidia'.

Mkewe alilazimika kuchukua nafasi ya udaktari na unesi. Kwa maelekezo ya mumewe, alimtibu jeraha hilo usiku na mchana kwa wiki mbili bila kumhusisha wala kumweleza mtu yeyote juu ya 'ugonjwa' wa mumewe. Jeraha lilipopona mumewe alimpa zawadi ya kutembelea Ufaransa na Ubelgiji, akiwa na ruhusa ya kununua chochote ambacho angekitamani. Aliishia kununua magauni sita ya mmeremeto, kwani kila alichokihitaji alikuwa nacho.

Maisha yalikuwa matamu kama ndoto ya kuvutia si kwa Binti Kalenga tu, bali pamoja na Othman mwenyewe. Hakukoma kushangaa kwa jinsi hali yake ya uchumi ilivyokuwa ikipanda kwa kasi siku baada ya siku baada ya ile 'kazi' yake ya kwanza, kazi ambayo ilisambaza sifa zake na kumpa hadhi kubwa katika dunia yao ya giza.

Ilikuwa ndio kwanza anarejea nchini kutoka katika gereza moja nchini Pakistan, ambako alifungwa maisha kwa kukamatwa na dawa za kulevya alizobeba kwa matarajio ya kulipwa chochote iwapo angefanikiwa kufika nazo jijini Dar es Salaam. Kwa bahati, alitumikia kifungo hicho miaka miwili tu na kufanikiwa kutoroka wakati ulipozuka mgomo gerezani humo, uliofuatiwa na mapambano makali baina ya polisi na wafungwa. Alikuwa miongoni mwa wafungwa wanane waliobahatika kutoroka. Akapata hati za bandia na kuvuka mipaka ya nchi hadi nchi, hadi alipofika Dar es Salaam. Alijifunza mengi gerezani humo na kutaabika sana kwa njaa na karaha nyinginezo wakati wa ukimbizi wake. Mchopanga aliapa kuwa asingekubali tena kurudi katika umasikini.

Hasira zake dhidi ya umasikini zilianzia kwa mtu aliyemtuma kuchukua mzigo kule Pakistan na kisha kumtelekeza mara alipokamatwa. Alikuwa mtu mzito kisiasa na kibiashara. Alikataa katakata kumfidia Mchopanga kwa masaibu yaliyompata kwa maelezo kuwa uzembe wake ulimsababishia hasara kubwa. Kwa ujumla, alimfukuza kama mbwa na kumpiga marufuku kukanyaga nyumbani kwake. Hata pale Mchopanga alipomtishia kuwa angelipa kisasi tajiri huyo alicheka na kumpuuza.

Wiki moja baadaye aliokotwa chini ya uvungu wa kitanda chake, kichwa chake kikiwa kimetenganishwa na kiwiliwili chake kwa kisu, huku sefu lake la fedha likibaki tupu; ndipo sifa za Mchopanga ziliposambaa kama upepo. Haukupita mwezi kabla hajaombwa kumtoa roho polisi mmoja aliyelishikilia jalada la kesi ambayo ingewaumbua wakubwa fulani. Huyu kifo kilimkuta wakati akila chakula cha usiku na familia yake.

Mtutu wenye bastola iliyowekwa kiwambo cha kuzuia sauti ulimchungulia dirishani na kumfumua moyo. Wakati familia hiyo ikitokwa na mshangao na kupiga mayowe Mchopanga alikuwa tayari mtaa wa pili wa eneo hilo.

Matukio hayo yalifanya atumiwe na watu mbalimbali, wanasiasa wenye visasi na wenzao, wafanyabiashara waliodhulumiana, washitakiwa waliokusudia kufutilia mbali ushahidi; na kadhalika. Na kati ya waliomtumia, kila ambaye alijaribu kukiuka makubaliano, roho yake ilikuwa halali yake.

Wakati wote huo, machoni mwa jamii isiyojua chochote kinachoendelea nyuma ya mapazia, Othman Mchopanga aliendelea kuwa mfanyabiashara halali, aliyelipa kodi zote na kustahili heshima zote. Tabasamu zake za mara kwa mara, uchangamfu wake kwa kila mtu na misaada kwa wahitaji mbalimbali hakukumpa mtu yeyote fursa ya kufikiria tu kuwa angeweza kuwa mtu wa aina yake.

Hivyo, ilipokuja kazi mpya, ya kuua kasichana tu, tena kakiwa kamelala kitandani, kwa mamilioni ya fedha; aliona kama aliyekaribishwa katika mchezo wa kitoto. Hakukutana na tajiri wake huyo ana kwa ana. Lakini mjumbe wake alipokuja na kila kitu alichokihitaji; picha ya marehemu mtarajiwa, ratiba ya mwenendo wake, namba ya chumba atakacholala na, zaidi ya yote, fuko la mamilioni ya malipo yake, aliitekeleza kama mchezo vile vile, ingawa alikuwa amemfuatilia wiki nzima kwa taabu sana.

Hivyo, kuambiwa kuwa alikosea na kupewa mtu mpya ambaye yeye alikuwa na hakika kuwa ndiye yule yule ambaye alimuua tokea majuzi; pamoja na mtu anayeitwa Joram Kiango kuongezwa kwenye orodha hiyo, ndipo Mchopanga alipojikuta akianza kuvutiwa na 'mchezo' huo.

Hivyo, aliruhusu dakika ishirini zipite kabla hajaanza kunyata kuuendea upande wa pili wa uwa wa jengo hilo, ambako alitegemea kukata seng'enge ili apenye ndani. Giza likiwa limetanda huku na huko, nyumba za jirani zikiwa ekari moja au zaidi pembeni, huku kichaka cha miti na nyasi kikiwa kimeshamiri upande huo; Othman Mchopanga hakuwa na shaka yoyote ya kuvurugikiwa na ratiba yake hiyo.

Mshangao wa kwanza aliupata pale alipoifikia sehemu nzuri na kugusa seng'enge ili aanze kuzikata. Alijikuta akitupwa angani na kisha kuanguka chini kama gunia. *Umeme!* aliwaza. Nyaya zilikuwa zimetegeshwa umeme. Alijikusanya, akajifuta vumbi na kisha kutoa vifaa vyake ili aone kama alikuwa na kitu chochote ambacho kingemwezesha kukata nyaya hizo bila kugusa umeme.

Ni wakati akifanya hivyo alipopatwa na mshangao wa pili. Alijikuta akimulikwa ghafla na kurunzi yenye mwanga mkali, mwanga ambao ulifuatiwa na sauti kali iliyotokea ghafla kichakani humo ikisema; "Polisi! Weka mikono yako juu!"

Hakuyaamini masikio yake. Polisi! Wametokea wapi na wanafanya nini hapo?

"Weka mikono yako juu! Amri ya pili!" Aliamrishwa tena.

Mchopanga hakuwa mtu wa kutii amri, hasa za polisi. Badala ya kuweka mikono yake juu aliipeleka mfukoni mwake na kutoa bastola. Pamoja na ukweli kuwa alikuwa kipofu kwa nuru kali iliyokuwa ikimmulika machoni, pamoja na kuwa hakupata muda wa kulenga; lakini bado aliachia risasi mbili za harakaharaka kufuata kurunzi hiyo. Alisikia kilio cha mtu, kikifuatiwa na kurunzi kudondoka. Ni hayo tu aliyoweza kuyaona kwani sekunde hiyohiyo alinyeshewa na mvua kubwa ya zaidi ya risasi ishirini ambazo zilimfanya akate roho hata kabla hajaanguka.

Utajisikia vipi pale utakapojikuta ukipigiwa simu na Rais wa Jamhuri ya Muungano wa Tanzania, ambaye pia ni Amiri Jeshi Mkuu wa Majeshi ya Ulinzi na Usalama? Zaidi utajisikia vipi wakati Rais akikumiminia maswali mazito, tena ya harakaharaka, ambayo wewe huna majibu yake?

Hayo ndiyo yaliyomkuta Inspekta Haroub Kambambaya jioni hiyo. Alikuwa bado kaduwaa ofisini mwake, juu ya kiti chake, mikono yake yote miwili ikiwa inakilea kichwa chake ambacho alikiona kizito zaidi kufuatia taarifa mpya toka Uwanja wa Kimataifa wa Dar es Salaam. Vifo vya watu watano, wawili kwa risasi, watatu kwa kukanyagana, huku wengine kwa makumi wakikimbizwa hospitalini, taabani kwa kukanyagwa ama kujipigiza kwenye kuta na ajali za magari, vilimfanya achanganyikiwe.

Kilichomchanganya zaidi Kambambaya ni taarifa ya kuonekana uwanjani hapo kwa yule mwanamke wa miujiza, ambaye kila anapotokea maisha ya watu wengi huteketea, mwanamke ambaye kama kawaida yake alitoweka tena wakati watu wengi, wakiwemo wanausalama, wakiuguza maumivu makali ya ile sumu ya macho.

Uamuzi wa Kambambaya kuweka ulinzi mkali katika vyanzo vyote vya kutokea jijini Dar es Salaam ulitokana na matarajio ya kumpata Joram Kiango, ambaye aliamini angekuwa ufunguo wa kadhia hii ya kutatanisha. Badala yake aliyetokea tena ni yule mwanamke, ambaye ameondoka kuwa kama mjumbe wa kifo.

Kutoweka kwa maiti yake pale Muhimbili na kudaiwa kwake kuwa anazuka hapa na pale, kuzuka kunakoambatana na vifo hakukumwingia akilini Kambambaya. Kama angekuwa anaamini miujiza na ushirikina angeweza kuapa kuwa mwanamke huyu ni mzimu wa yule aliyetoweka chumba cha maiti kule Muhimbili. Kambambaya hakuwa na imani hiyo. Hivyo, akajikuta akiishia kukilea kichwa chake, kilichojaa maswali mengi na majibu sufuri.

Na wakati akiendelea kuwaza na kuwazua ndipo ikaingia kengele ya simu yake maalumu, ambayo haikuorodheshwa mahala popote. Alipoipokea, sauti nzito ambayo daima haina mzaha, ilinguruma kumtaka aeleze kinachoendelea. "Nchi imekumbwa na hofu kubwa. Vifo na maafa kila dakika. Unadhani ni kitu gani kinachotokea?" Ile sauti iliuliza.

Kambambaya alikuwa hana jibu sahihi. Aliropoka hili na lile ambalo bila shaka Rais alilipuuza na badala yake akaongeza swali jingine, "Kitu gani ambacho mnafanya, ambacho unadhani kitakomesha maafa haya mara moja?"

"Tunafanya kila tunaloweza mzee," Kambambaya alijikongoja. "Tunachukua kila hadhari. Nadhani tutafanikiwa tu."

"Nasikia mnamtafuta Joram Kiango. Mmeshampata?"

"Bado, mzee. Lakini..."

"Lakini," Rais alikatiza tena. "Siku zote niliamini Joram Kiango ni kijana wetu. Na amefanya mengi ambayo yamelietea taifa letu sifa na hadhi kubwa duniani. Leo yakoje tena mambo hayo?"

"Ndiyo maana tunamtafuta mzee ili atusaidie. Tunaamini tukimpata tutapata mwanga mapema zaidi," Kambambaya alijitetea.

"Ningependa hali hii isiendelee tena katika saa ishirini na nne zijazo," Rais alisema. "Nadhani umenielewa, Inspekta."

"Ndiyo, mzee."

Simu ikakatwa upande wa pili.

Kambambaya aliona simu kama imezidisha tani elfu moja zaidi juu ya kiroba kizito kilichomwelemea kichwani.

Hivyo, ilikuwa kama faraja kubwa kwake nusu saa baadaye alipopokea taarifa ya Joram Kiango kuonekana akiingia katika nyumba moja huko Bunju, huku akimburuza mwanamke mmoja.

"Nakuja," alitamka mara moja, akiinuka na kuuendea mlango. Mlangoni aliikumbuka bastola yake iliyokuwa katika kijaluba cha meza. Akaikagua na kuona kuwa ilijaa risasi. Akaitia mfukoni na kulikimbilia gari lake.

"Bunju! Kwa mwendo wa kupaa," alimwamuru dereva wake ambaye tayari alikwishalitia gari moto.

Kuwa mkubwa wa Idara kuna raha na karaha zake. Karaha ni pale mambo yanapokwenda mrama kama sasa, lawama zote hutupwa juu ya mabega yako. Lakini ziko nyakati za neema, nyakati ambazo utafurahia madaraka yako si kwa ajili ya mshahara mnono, nyumba nzuri na marupurupu mengine peke yake. Zaidi ni kwa kuwa katika nafasi ya kujua na kuhifadhi mambo mengi kuliko wasaidizi wako, kujua mkubwa yupi ana siri ipi, yupi anaumwa na anaumwa ugonjwa upi, yupi anaiba na fedha zake amezificha wapi, yupi amemkabidhi yupi kulinda miradi yake haramu; na kadhalika.

Kuzijua siri nyingi za Joram Kiango kwa Kambambaya ilikuwa moja miongoni mwa neema hizo za ukubwa. Hakuna msaidizi wake hata mmoja aliyejua kuwa amejenga. Hata pale alipowaagiza askari wanne kuilinda nyumba hiyo, usiku na mchana, hakuwaambia ni nyumba ya nani. Hivyo, alipopata simu ikimwarifu juu ya Joram Kiango kuonekana huko Bunju akiingia kwenye 'nyumba moja', alifurahi kuona moja ya mitego yake ikifyatuka.

Dereva wa Kambambaya alikuwa 'kichaa' barabarani. Alikwishapewa amri ya 'mwendo' wa 'kupaa', alipaa kwelikweli. Alitafuna lami, akiyapita magari upande huu na ule kama kwamba yuko katika mashindano. Alivuka Lugalo, akaitafuna Mbezi Beach na kuimeza Tegeta katika muda wa dakika nane tu. Lami inayovutia toka Tegeta hadi Bunju ililifanya gari liteleze kwa dakika nne tu hadi walipoufikia uchochoro unaoelekea kwenye nyumba waliyoihitaji.

Kwa maelekezo ya Kambambaya waliliacha gari mita kadhaa nje ya eneo la nyumba hiyo na kutembea kwa miguu. Milio ya risasi iliwafikia wakiwa mita mia tano tu kutoka kwenye eneo la tukio. Huku akiitoa bastola yake mfukoni, Kambambaya alikimbia kuliendea eneo hilo.

Alikuwa tayari amechelewa. Askari wake watatu, silaha zao mkononi waliduwaa wakiitazama miili ya watu wawili waliolala chini wakiwa maiti. Maiti mmoja alikuwa msaidizi wake, afande Chaku Chikaya. Maiti ya pili alikuwa ya raia. Kambambaya aliyatazama harakaharaka na kushusha pumzi alipoona kuwa marehemu hakuwa Joram Kiango.

"Kitu gani kimetokea?" Aliuliza.

Askari mmoja alieleza jinsi walivyomwona marehemu huyo akifanya jitihada za kujipenyeza ndani. Na kwamba alipopewa amri ya kusimama ili ajitambulishe alitoa bastola yake na kumuua mwenzao aliyekuwa akimmulika kwa kurunzi, kitendo ambacho kilifanya walazimike kummiminia risasi ili kuokoa maisha yao.

Kambambaya aliamuru gari la wagonjwa liitwe mara moja kuwachukua marehemu. Aliamuru pia mpigapicha apige picha za yule raia kwa makini zaidi pamoja na kuchukua alama za vidole vyake ili uchunguzi kamili juu yake uweze kufanyika.

"Natumaini Joram Kiango bado yumo ndani."

"Yumo, afande."

"Na mateka wake."

"Bila shaka."

"Mnadhani kuna watu wengine zaidi yao ndani ya nyumba hii?"

"Ndiyo, afande. Yumo mlinzi wake, mzee mmoja mlevimlevi na mkewe."

Kambambaya alifikiri kwa muda kabla ya kutoa amri nyingine, "Tuko wangapi hapa? Sita," aliuliza na kujijibu. Halafu akatoa amri, "Nataka kila pembe ya uwa huu iwe na mtu mmoja. Kila mmoja awe makini kuhakikisha hatoroki. Mimi na askari wawili tuliobaki tutaingia kupitia geti la mbele. Sawa?"

"Sawa, afande."

"Sawa. Sasa kuna kitu kimoja. Bado tunamtaka sana Joram Kiango, akiwa hai. Zaidi, tumechoshwa na vifo vya hapa na pale. Hivyo, kila mmoja wenu awe makini katika kutumia silaha. Zitumike pale tu inapobidi, si vinginevyo."

Askari waliitika kukubali. Kisha, kila mmoja akachukua sehemu yake. Kambambaya aliuendea mlango wa geti la mbele kwa nia ya kuusukuma.

"Mzee, ametegesha umeme," mmoja wa askari aliokuwa nao alimwonya.

"Ametegesha umeme!" Kombora alirudia maneno hayo kwa mshangao. "Sidhani kama itamsaidia sana."

Alirudi kwenye gari lake na kumwamuru dereva wake ampe kipaza sauti. Alipopewa alirudi getini na kukielekeza ndani ya nyumba hiyo. "Joram Kiango," alinguruma. "Tunajua uko ndani. Tunajua unao watu wengine watatu. Wote inueni mikono yenu juu na mtoke mara moja. Hii ni amri halali ya Jeshi la Polisi."

Kambambaya alisubiri dakika moja kisha aliirudia tena amri hiyo kwa sauti kubwa kuliko awali.

"... Amri ya pili," alimalizia.

Baada ya kusubiri dakika moja nyingine alirudia ujumbe ule ule kwa mara ya tatu na kumalizia akisema "... amri ya tatu na ya mwisho."

Bado hakujibiwa. Hivyo, akaongeza "Sasa tutatumia nguvu, kwa mujibu wa sheria halali za nchi."

Kwa kutumia redio yake ya mkononi Kambambaya aliagiza askari ishirini zaidi waletwe eneo hilo. Aidha, aliagiza eneo hilo likatwe umeme mara moja ili waweze kukata nyaya hizo kwa urahisi.

Sura ya Tisa

❂ ❂ ❂ ❂ ❂ ❂ ❂

MBIU ya Inspekta Kambambaya ilimfikia Joram Kiango vizuri kabisa chumbani humo. Mbiu hiyo ilifuatia mlio wa risasi kutoka nyuma ya jengo lake. Hata hivyo, hii ikiwa nyumba yake, aliyoijenga kwa mkono wake, Joram alijikuta akimhurumia Inspekta huyo. "Atasubiri sana," aliwaza. Macho yake yalikuwa bado yamezama kwenye tovuti ya *hotmail,* vidole vyake vikigonga hapa na pale kwenye bodi ya maandishi.

Angeweza kushangazwa na wepesi wa polisi hao kufika nyumbani kwake hapo dakika chache tu baada ya kufika kwake. Angeweza kushangaa zaidi kwa kuzingatia kile alichoamini kwamba polisi walikuwa wakimfikia haraka kwa kufuatilia nyendo za mwanamama huyu anayejiita Mona Lisa, ambaye yeye binafsi alifanikiwa kuyabaini maficho yake yote kwa kuongozwa na ile pete aliyokuwa akiivaa, pete ambayo aliitelekeza katika choo kimojawapo cha Uwanja wa Ndege wa Dar es Salaam. Msichana huyo sasa akiwa mateka wake, naye akiwa na kila hakika kuwa hakufuatwa na mtu yeyote, achilia mbali polisi, toka uwanjani hadi hapa, angeweza kushangazwa na wepesi huo wa polisi.

Hali kadhalika, Joram angeweza kushangazwa au kujiuliza risasi zilizotembezwa huko nje zilikuwa baina ya nani na nani.

Kwa bahati mbaya, Joram hakuwa na muda huo kwa sasa. Kitu alichokuwa akikisoma katika kompyuta hiyo kilimshangaza na kumvutia zaidi. Ulikuwa ujumbe mfupi, kutoka kwa mmoja wa rafiki zake aliowasambazia ili wampe kile walichokifahamu juu ya mtu anayeitwa Mona Lisa, nchini Tanzania na duniani.

Wengi walikuwa hawajamjibu lolote. Wawili watatu walimkumbusha juu ya yule Mona Lisa aliyepata umaarufu duniani baada ya kuchorwa kule Italia takribani miaka mia sita iliyopita. Lakini kati yao mmoja ndiye aliyemsisimua zaidi.

Mona Lisa:	*Jina la utani alilopewa kutoka utotoni.*
Jina halisi:	*Margareth Johnson.*
Kuzaliwa:	*Agosti 28,1958.*
Kufa:	*Agosti 28,2000.*
Sababu ya Kifo:	*Ajali ya gari.*
Kazi yake:	*Alikuwa askari, Jeshi la Polisi.*
Kituo:	*Moshi mjini, Kituo cha Kati.*

"Joram Kiango..." Sauti ya Inspekta ilinguruma tena na kumfikia Joram. "Tunajua uko ndani... inueni mikono yenu juu na mtoke mara moja... Amri ya tatu."

Joram aliipuuza. Alipandisha maandishi juu na kufungua kiambatanisho kilichotumwa na taarifa hiyo. Kilikuwa na picha mbili. Moja ilikuwa picha ya mazishi, polisi wakitoa heshima zao za mwisho kwenye jeneza lenye maandishi; *SJN MARGARETH JOHNSON*. Picha ya pili ilikuwa ya 'marehemu', enzi za uhai wake. Alikuwa amesimama, katika mavazi yake ya kijeshi, huku akitabasamu.

"... Amri ya nne na ya mwisho... Sasa tutatumia nguvu..." Kambambaya alikuwa akiendelea kufoka katika kipaza sauti.

Joram hakumsikia. Au hasa hakumsikiliza. Alikuwa amekodoa macho kuitazama picha hiyo.

Haikuwa ya mtu mwingine zaidi ya Mona Lisa!

Mara ikamjia kumbukumbu ya usiku ule wa chanzo cha balaa. Yale maneno ya Mona Lisa yakamrudia akilini aliposema; "Ni kweli hujui... Hujui kama unabaka. Na unambaka afisa wa ngazi za juu wa Jeshi la Polisi...

Mona Lisa, ambaye ni mateka wake katika chumba kimojawapo katika nyumba hiyo! Mona Lisa, ambaye majuzi tu alikufa hali wamekumbatiana pale hotelini! Mona Lisa ambaye maiti yake ilitoweka kutoka chumba cha maiti Muhimbili! Mona Lisa, ambaye amekuwa akimtokea tena na tena, huku kutokea kwake kukiambatana na maafa makubwa! Mona Lisa...

Chochote ambacho Joram alijaribu kukiwaza kilitoweka pale umeme ulipokatika ghafla na kiza totoro kukimeza chumba hicho na jengo zima.

* * *

Inspekta Kambambaya hakuyaamini macho yake pale umeme uliokatizwa katika eneo lote hilo ulipowaka ghafla katika jengo zima la Joram Kiango. Ilichukua dakika moja tu kiza kutanda katika nyumba hiyo, dakika ya pili nuru ya uhakika, kama ya awali, ilitamalaki.

Laiti angejua kuwa kitendo cha kukatika kwa umeme unaomilikiwa na *Tanesco* katika jengo la Joram ni kufyatua mtambo mwingine wa umeme, uliounganishwa kwenye *envotor* ambayo ilipokea umeme utokanao na mwanga wa jua, kupitia katika betri kubwa ya gari na kusambazwa katika njia zote za umeme kama kawaida, kamwe asingejisumbua kuamuru katizo la umeme.

Kambambaya aliduwaa kwa dakika moja mbili, akitafakari afanye jingine lipi. Alikuwa na taarifa ya kuunganishwa kwa umeme kwenye nyaya zilizoizunguuka nyumba hiyo. Na alikuwa na hakika kuwa isingewachukua vijana wake dakika kumi kutumia vifaa vyao kukata nyaya hizo na kuingia ndani.

Lakini hakujisikia kufanya hivyo. Hakuona kama ingekuwa hekima kuwapeleka vijana wake, 'mchana kweupe', mbele ya mtu kama Joram Kiango na hasa akiwa pamoja na mwanamke yule ambaye amekuwa kama anayefuatana na kifo popote alipo.

Wakati akiwaza hayo mara alisikia sauti ya kike ikiangua kilio toka ndani ya nyumba hiyo, sauti ambayo ilifuatiwa na kishindo cha kupigwa mlango mara kwa mara.

"Nifungulieni nitoke... Sitaki kufia humu," mwanamke huyo alisikika akisema katikati ya kilio chake.

* * *

Aliyekuwa akilia ni yule msichana wa Kidigo, Natasha, mke wa mzee wa Kimakonde.

Hofu ilianza kumwingia msichana huyo kutoka pale alipoona mumewe akifungua mlango na kuwaruhusu yule mwanamume na mwanamke wake kuingia huku wakivutana. Watu hao walimtia hofu, mwanamume akiwa kaloa damu, bastola mkononi, huku akimkokota mwanamke yule mzuri, ambaye pia alichakaa. Huku akitetemeka, Natasha aliwachungulia hadi walipoingia kwenye vyumba vyao.

Mume wake alimwongezea hofu pale yeye pia alipoonyesha kila dalili ya kuduwaa, akiwa hana uhakika kama huyu ndiye mwajiri wake au la, na kama ndiye kwa nini awe na damu, bastola mkononi, huku akimburuza mtu muda huo.

Hofu yao iliongezeka maradufu pale risasi zilipoanza kurindima huko nje, risasi ambazo muda mfupi baadaye zilifuatiwa na tangazo la polisi likiwataka kutoka nje.

Natasha alikurupuka kukimbilia nje. Kwa mikono yake inayotetemeka alijaribu kufungua mlango huo ili atoke. Hakufanikiwa. Ilimchukua muda kubaini kuwa kitasa cha kawaida cha mlango huo hakikuwa kimefungwa, bali kitasa kingine, ambacho kilifunguliwa kwa nguvu za electroniki ndicho kilichochukua nafasi.

Halafu, umeme ukakatika.

Halafu, ukarudi tena ghafla.

Ndipo alipoangua kilio akiamini kuwa maisha yake yamefikia ukingoni. Akaulaumu umasikini wa wazazi wake uliomfanya ashindwe kuendelea na shule na, hivyo, kuja mjini kwa matarajio ya kupata kazi, kazi ambayo iliishia kuwa ya kuuza pombe za kienyeji katika vilabu. Akailaani 'bahati' yake iliyofanya jioni ile, baada ya kununuliwa kuku na viazi, akubali kuondoka na mzee huyu mwenye umri zaidi ya baba yake mzazi. Akaishutumu zaidi tamaa yake pale alipoletwa katika jumba hili na kukuta lilivyojaa tele vitu vya anasa na vyakula ainaaina, jambo lililopelekea ajikute akisahau kurejea katika *gheto* lake kule Mabwepande na kujikuta mke katika jengo hili, ambalo sasa lilielekea kuwa kaburi lake.

Kichwani mwake alikuwa na hadithi tele za watu wasio na hatia waliokufa mikononi mwa polisi. Moja ya hadithi hizo ikiwa ya shoga yake ambaye walipata kuishi nyumba moja, akatoweka, siku tatu baadaye picha yake ilitolewa katika vyombo vya habari kama mmoja wa majambazi sugu yaliouawa katika mapambano na polisi.

Hayo ndiyo yaliyofanya azidiwe na hofu. Alipomtazama 'mume' wake alimwona yeye pia haelewi la kufanya. Hivyo, akaendelea kulia huku akiupiga mlango kwa nguvu zake zote.

* * *

'Mona Lisa, katika chumba kingine, pia alikuwa akiutazama mlango katika hali ya kukata tamaa. Kama angekuwa na machozi katika macho yake angeweza kuangua kilio cha kwikwi.

Kwa bahati mbaya, hakuwa nayo. Yalikauka kitambo kutokana na purukushani ngumu na dhoruba tele katika maisha yake.

Kama binadamu wengine, hakuumbwa kwa chuma wala mfupa. Alitumia damu mwilini na ubongo kichwani mwake. Kama binadamu wengine, mwili wake ulijua kuchoka na ubongo wake ulihitaji mapumziko.

Kwa takriban siku tatu sasa si mwili wala akili yake iliyopata fursa ya mapumziko hayo. Muda wote alikuwa mashakani, akikimbiza mtu huku yeye pia akikimbizwa, akijua kuwa anamkimbiza mtu wa hatari; akijua vilevile kuwa anakimbizwa na watu hatari. Kila dakika ilimkuta macho kimwili na kiakili, kuisaka roho ya mtu huku akiilinda roho yake mwenyewe.

Aliitaka roho ya Joram Kiango. Aliitaka kwa bei yoyote ile. Na angeweza kumuua kitambo kirefu. Safari yao kutoka Uwanja wa ndege hadi hapa ilikuwa fursa nzuri sana kwake kuitimiza azma yake. Hata hivyo, jambo moja tu lilimfanya ashindwe kufanya hivyo; mashaka. Alitaka uhakika, kupitia katika sauti na macho ya Joram Kiango mwenyewe kama kweli ndiye aliyemuua au la. Toka alipopata taarifa kuwa amekufa, na alipoambiwa nani aliyemuua, haikumwingia akilini kuwa angeweza kuwa Joram.

Joram, ambaye waliburudika naye usiku kucha! Joram, ambaye alikuwa mwanamume wake wa kwanza kumtia kichaa cha mapenzi hata kwa mara ya kwanza vilevile akafikiria kuolewa! Joram, aliyekuwa mcheshi na mchangamfu sirini na hadharani! Joram, ambaye nuru katika macho yake ilikuwa ikimshawishi kutapika uozo wote uliofurika katika moyo wake na kumlazimisha kumfuata popote ambapo angemwelekeza!

Haikumwingia akilini.

Ni mashaka hayo yaliyomfanya Joram Kiango awe hai hadi sasa. Ama hilo, ama au pia uchovu wa mwili na akili, ama yote kwa pamoja, kwani alipokabidhiwa chumba na kuliona beseni la maji likimeremeta kwa usafi juu ya marumaru iliyofurika kila pembe ya kuta na sakafu, chumba cha pili kitanda kipana kikimwalika kwa shuka safi zilizotandikwa vizuri; zile tani elfu moja na moja za uchovu alizoziacha kando zikamrejea. Kuoga alitamani, kulala alitamani. Zaidi ya yote njaa, ambayo kwa muda wote huo hakupata kuisikia, ilianza kumkereketa.

Ni wakati akiwa bado ameduwaa katikati ya chumba hicho, hajui aanze lipi, aishie lipi, aliposikia mlio wa risasi kutoka nje.

Mara hii! Aliwaza akiuendea mlango na kubaini kuwa ulikuwa umefungwa. Alijaribu moja ya funguo zake bandia. Hakufanikiwa. Akakumbuka kumwona Joram Kiango akitia mfukoni mwake rimoti ndogo mara baada ya kumfungulia. Hakujisumbua kupigana na mlango huo kama yule msichana wa Kidigo. Badala yake aliyatuma macho yake huko na huko kuangalia uwezekano wa kuweza kutoroka chumbani humo. Hakuiona namna zaidi ya kupitia mlangoni. Dirisha lilikuwa na nondo na vioo. Na hata bila hivyo kupitia dirishani kichwa chake kingekuwa halali ya risasi za hao wanaosubiri nje.

Onyo la kwanza lilitolewa wakati bado ametulia mbele ya mlango huo akifikiri kwa nguvu zake zote.

"Joram Kiango... Tunajua uko ndani..." maneno ya Inspekta Kambambaya yalimfikia vizuri chumbani humo. 'Joram Kiango! Sio Mona Lisa!' Alijiuliza, hali iliyopelekea aamini kuwa polisi pia bado walikuwa gizani. Kwa kila hali aliamini kuwa si polisi tu, bali umati mzima ambao ulikuwa ukiiwinda roho yake kwa udi na uvumba ungenufaika mara elfu moja na moja kwa kumpata yeye badala ya Joram Kiango.

Halafu, umeme ukakatika!

Ghafla, ukawaka tena!

Hakuwa mwoga wa kifo, hasa kwa kuzingatia ukweli kuwa kifo ni ada ya kila binadamu. Lakini hakuwa tayari kufa kabla ya kupata majibu ya mashaka yake. Hakuwa tayari kabla ya kutekeleza jukumu lake la pili, ambalo lilihusiana na kutimiza wajibu wake kwa taifa lake, dunia yake na muumba wake.

Ni baada ya hapo tu ndipo angekuwa radhi kuwaachia roho yake. Si kabla!

* * *

'Hujaoga?" Joram alimuuliza Mona Lisa mara tu alipofungua mlango na kumkuta kasimama katikati ya chumba, bastola mkononi.

Yeye binafsi alikuwa ametumia dakika tatu kuoga, kufunga jeraha lake kwa plastiki na kubadili nguo, hali iliyomfanya awe tofauti kabisa na Joram yule aliyeingia muda mfupi uliopita akinuka kwa mchanganyiko wa jasho, damu na uchafu. Usoni alionekana mtulivu, asiye na wasiwasi wowote kwa bastola iliyokuwa ikimtazama kifuani wala polisi walioizingira nyumba yake.

"Sidhani kama nahitaji kuoga. Polisi watakapoingia hapa watayakuta maiti yangu. Lakini itakuwa baada ya kukuua wewe," msichana huyo alivuta pumzi kwa nguvu na kurekebisha kifyatulio bastola. "Kitu kimoja tu kinachonichelewesha kufyatua bastola hii ni utata unaojitokeza. Nieleze, kwa nini uliamua kuniua?"

Kwa mshangao wa msichana huyo Joram Kiango aliangua kicheko. Akautia mkono wake mfukoni na kutoa pakiti ya sigara ambayo aliiwasha kwa mikono iliyotulia kabisa. Akaitia mdomoni. Kwa sauti yenye utulivu vilevile akauliza taratibu, "Margareth Johnson, utakufa mara ngapi? Hata Yesu wa

Nazareth alikufa mara moja, akafufuka. Hajawahi kufa tena na wala hatarajiwi kufa tena."

Msichana huyo alitokwa na macho ya mshangao. "Wapi ulikolipata jina langu?"

Joram akacheka tena, "Sio jina lako tu," akamwambia. "Najua mengi kuliko unavyofikiria wewe. Naijua hata tarehe ya kifo chako cha kwanza. Si ulikufa katika ajali ya gari, barabara ya Moshi/Arusha, mwezi Agosti tarehe ishirini na nane mwaka elfu mbili?"

Joram alimwona msichana huyo akiduwaa. "Labda nikukumbushe zaidi. Ajali hiyo ilitokea eneo la Boma Ng'ombe, barabara ya Arusha Moshi, usiku wa manane. Katika gari ulikuwemo wewe na dereva wako. Miili yenu wote iliteketea vibaya kwa moto uliofuatia ajali hiyo. Hakuna aliyefanikiwa kuwatambua. Hivyo, mlizikwa katika kaburi la pamoja kwa maelekezo ya mwajiri wenu, Jeshi la Polisi. Sivyo?"

"Naanza kukubali kuwa wewe ni mpelelezi hodari. Nimeishi maisha yangu yote kwa hila, nikimlaghai kila mtu. Sikutegemea kama fumbo la maisha yangu lingeweza kufumbuliwa. Hata hivyo, unachofahamu ni kidogo sana katika maisha yangu." Ilikuwa kauli ya msichana huyo. Alivuta pumzi kwa nguvu kidogo kabla hajaongeza, "Hata hivyo, bado hujaniambia kwa nini uliniua."

"Kukuua!" Ilikuwa zamu ya Joram Kiango kushangaa. "Bado unasisitiza kuwa nilikuua. Sikiliza mpenzi. Kama unataka tuzungumze kama watoto wa shule ya msingi ni juu yako. Lakini aliyekufa ni Mona Lisa mwingine, pacha mwenzio. Wewe, ukitokea unakokujua mwenyewe uliingilia kati penzi letu. Ulitumia hila kunilaghai hata nikahadaika na kudhani kuwa niko na Mona Lisa kitandani. Kwa nini ulifanya vile?"

Kwa kiasi fulani, Joram alikuwa akiongea kwa uhakika. Lakini, kwa namna nyingine, alikuwa akitafuta kitu katika macho ya msichana huyu ili kupata uthibitisho wa hisia zake, hisia zilizomjia tangu alipopata taarifa ya mtu aliyeitwa kwa jina la utani Mona Lisa, ambaye jina lake halisi ni Margareth, aliyekufa kitambo kwa kilichoelezwa kuwa ni ajali ya gari, alipolinganisha vitendo vyake na ujasiri wake, aliamini kuwa kitendawili cha kufa na kufufuka kwa 'Mona Lisa' kilikuwa kimefikia tamati. Mona Lisa aliyekufa pale kitandani alikuwa Mona Lisa halisi. Mona Lisa mpole, mtaratibu, mwenye haya. Mona Lisa ambaye alimpenda, ingawa hakupata kumgusa! Huyu alikuwa Mona Lisa mwingine. Mona Lisa asiye na tone la haya wala chembe ya woga katika moyo wake. Mona Lisa, ambaye si kwamba anacheza na mauti peke yake, bali anaonyesha kufurahishwa na mchezo huo. Naam, Mona Lisa wa bandia.

Chochote ambacho Joram alitegemea kukiona katika macho ya msichana huyo kilimezwa na tabasamu jembamba lisilopendeza hata kidogo, tabasamu ambalo lilibeba hasira, chuki na kisasi.

"Labda huelewi Joram," alitamka baadaye. "Nadhani huelewi," alirudia. "Kumuua Mona Lisa ni kuniua mimi. Yeye ni sehemu yangu, sehemu ya mwili wangu; sehemu ya damu yangu; sehemu ya uhai wangu. Tuliishi pamoja miezi tisa tumboni. Tukachangia na kugombea titi la mama kwa miezi miwili kabla mama yetu hajapokonywa roho yake na kutuacha yatima. Tukatenganishwa kama mifugo na kupokonywa fursa yoyote ya kuonana, achilia mbali kujuana. Na fursa hiyo ilipotokea tayari ameuawa..."

Kwa mara ya kwanza Joram aliyaona machozi yakilengalenga na hatimaye kuteleza toka katika macho hayo mazuri, machozi ya mwanamke mwenye huzuni. Machoni mwa Joram Kiango hakuwa tena yule 'Mona Lisa' mwenye kisasi, 'Mona Lisa' aliyekuwa tayari kwa lolote; tayari kufa... Tayari kuua... Badala yake, aliyesimama pale alikuwa Mona Lisa aliyemfahamu, Mona Lisa aliyempenda. Mona Lisa mpole, mwenye haya!

Bila yeyote kati yao kujua wanachokifanya, walijikuta wamekumbatiana, kichwa cha 'Mona Lisa' kikiwa kimelala kifuani mwa Joram Kiango, mikono yake ikiwa imekumbatia kiuno. Naye Joram alijikuta kamkumbatia, huku mkono wake ukimfuta machozi.

"Nisamehe Joram Kiango," msichana huyo alinong'ona. "Nisamehe kwa yote," aliongeza. "Kwa kukurubuni hata ukaamini kuwa umelala na dada yangu. Nisamehe pia kwa kukufikiria kuwa ulimuua au kuhusika kumuua Mona Lisa. Kitu fulani kimekuwa kikininong'oneza vinginevyo. Sasa nimepata uhakika. Nadhani namfahamu aliyemuua Mona. Nakuhakikishia kuwa leo hii atamfuata Mona Lisa kwa mkono wangu huu," alisema akijikwanyua kutoka katika fungate la Joram.

"Mie pia sitalala usingizi hadi nifumue kichwa cha yeyote aliyemuua msichana yule. Unadhani ni nani hasa?" Joram alisema na kuuliza.

"Ni hadithi ndefu kidogo. Kumbuka polisi wanatusubiri hapo nje. Unadhani wataturuhusu tukaifanye kazi hiyo?"

Joram akacheka kabla hajasema, "Watasubiri sana. Hii ni nyumba yangu."

"Una hakika?" Margareth aliuliza. "Unajua siwahofu sana polisi? Zaidi yao kuna watu wenye kiu kali zaidi ya damu yangu. Wanaisubiri kwa hamu kama tai anayenyemelea kifaranga. Na kinachowasumbua ni hiki," alitoa kitu kidogo mfano wa kalamu na kumkabidhi Joram Kiango, "Hiyo ni diski. Kama una kompyuta na kama una hakika kuwa tunaweza kupata walao dakika tano tu ifungue uone kile ambacho kinafanya waitafute roho yangu."

"Tuna muda wa kutosha," Joram alimhakikishia. "Polisi wanaweza kusubiri hapo nje hadi mwisho wa dunia. Nimekuambia hii ni nyumba yangu. Na nimeijenga kwa mikono yangu."

* * *

Kabla ya kurejea kwenye chumba chake cha kompyuta Joram alifanya mambo mawili. Kwanza, aliitumia rimoti yake kufungua mlango kwa muda. Kisha, alimwendea mlinzi wake na mke wake na kuwaambia kwa sauti ya upole, "Poleni sana. Msiwe na hofu. Hakuna lolote litakalokupateni. Tokeni taratibu, mkiwa mmeiweka mikono yenu juu. Polisi watawasumbua kidogo kwa maswali ya kipuuzi. Wanaweza hata kukutisheni, lakini baadaye watawaachieni huru. Mambo yakipoa rudini hapa na mtaendelea kuishi kama kawaida."

Akiwa ametiwa moyo kwa utulivu aliouona katika macho na sauti ya Joram Kiango mzee huyo alitii. Akamwongoza mkewe kutoka nje.

Natasha, mtoto wa Kidigo hakuitegemea fursa hiyo ya kutoka katika nyumba hiyo akiwa hai. Akakumbuka alivyopata kuwaona katika mkanda wa video, wateka nyara walioiteka ndege ya abiria walivyojitoa huku wakipepea vitambaa vyeupe juu ya vichwa vyao. Polisi waliwapokea na kuwapokonya silaha kabla ya kuwafunga pingu. Ni hivyo, alivyofanya yeye pia. Alichopoa kutoka mwilini mwake moja ya kanga zake na kuanza kuipunga huko na huko, huku kwa sauti akipiga kelele, "Msituue, tunakuja..."

Kwa bahati mbaya, kanga yake haikuwa nyeupe. Ilikuwa na rangi mbalimbali, maandishi yake makubwa, 'La uvundo halina ubani' yakionekana waziwazi. Lakini polisi waliwaelewa.

Mara tu geti lilipofunguka na kuruhusu watu hao wawili, geti lilijifunga tena. Polisi wawili waliolidaka pindi likifunguka ili waingie ndani walirushwa kwa mkondo wa umeme na kuanguka huko na kule.

"Msifanye pupa!" Inspekta Kambambaya alionya. "Maadamu yumo ndani sisi tuko nje, tutampata tu," alisema akimaanisha Joram Kiango.

Kama alivyotabiri Joram Kiango, mzee wa Kimakonde na mkewe wa Kidigo walitiwa pingu na kupakiwa ndani ya gari la polisi. Kabla hawajapelekwa kituoni Kambambaya aliwahoji maswali ya harakaharaka; watu wangapi wako ndani? Wana silaha au hawana? Wanatumia nini kufunga na kufungua milango? Wanafanya nini? Na mengineyo.

Mengi kati ya majibu aliyoyapata aliyategemea; wamo watu wawili tu! Ndiyo, wana silaha! Wana rimoti ya kufunga na kufungulia milango. Hapana, haijulikani wanachokifanya kwani mwanamume amejifungia chumba chake cha kusomea, mwanamke amefungiwa chumba cha pili!

Wanafanya nini! Kambambaya alijiuliza. Wanapanga kufanya nini! Ni swali lililomtatiza zaidi. Hakuona kama Joram Kiango alikuwa mtu wa kukubali kujiweka katika mazingira ya aina hiyo, yasiyo na tofauti yoyote na mtu ambaye ni mfungwa, kwa kujichimbia ndani, huku polisi wakiwa wameizingira nyumba nzima.

Askari wengine kumi, wenye magwanda kwa wasio nayo, gari la wagonjwa, na ya kuzimia moto na daktari, kama alivyokuwa ameagiza Kambambaya tayari waliwasili katika eneo hilo wakisubiri amri yake. Kwa upande mwingine vijana wake, wakitumia vifaa maalumu vya kujikinga na umeme walikuwa tayari wamekamilisha kukata sehemu kubwa ya nyaya zilizoizunguuka nyumba hiyo wakisubiri amri ya kuingia.

Amri ambayo aliamua kuitekeleza baada ya kutoa wito. Mwingine kwa kutumia kipaza sauti.

"Joram Kiango, hili ni onyo la mwisho kabisa. Tunakupa dakika mbili tu uwe umetoka ukiwa umeiweka mikono yako juu. Nitahesabu mara kumi. Baada ya hapo utajilaumu mwenyewe," alisita kidogo kabla ya kuanza kuhesabu, "Kumi!"

Baadaye kidogo alinguruma tena, "Tisa!"

Huku akiwaelekeza askari wanne, waliofuzu katika sanaa ya mapambano ya mikono kujipenyeza ndani, Kambambaya aliendelea kuhesabu, "Nane!"

* * *

"Saba!"

Joram alimsikia vizuri sana. Lakini alikuwa amezama tena katika komputa. Kitu alichokuwa akitazama katika uso wa kompyuta hiyo kilimfanya ashindwe kuyaamini macho yake.

"Una hakika hii sio moja ya filamu za vitisho, iliyobuniwa ili kusisimua watu?" Alimuuliza Margareth ambaye alikuwa amesimama nyuma yake, akiwa pia kaiinamia kompyuta.

"Roho yangu inatafutwa kwa udi na uvumba kwa ajili ya hicho unachoita mchezo wa kusisimua. Watu wote waliopoteza maisha na wanaoendelea kupoteza ni kwa ajili ya hicho unachoita mchezo wa kuigiza. Mona Lisa, sehemu ya mwili na roho yangu, ameuawa kwa ajili ya huo mchezo wa kuigiza..."

"Sita!"

Joram aliitazama saa yake. Kisha alikumbuka kuitazama *screen* nyingine iliyokuwa pembeni mwa kompyuta hiyo. Kama alivyotegemea, aliwaona askari wakipenya katika tundu walilotoboa na kujipenyeza ndani. Walikuwa wakitembea kwa kunyata, hatua baada ya hatua, mitutu ya bunduki zao ikiwa imewatangulia.

Margareth alikuwa amewaona pia. "Tutawahi kutoka?" Alimuuliza Joram. "Nisingependa kufa kabla ya kuhakikisha nimekifumua kichwa cha mwendawazimu aliyebuni kitu hicho. Awali ilikuwa kwa ajili ya dada yangu pekee. Sasa ni pamoja na kuipigania dunia."

"Tutawahi," Joram alisema akiendelea kuyakodolea macho maajabu aliyokuwa akiyaona katika kompyuta hiyo. "Tano!"

Joram alichukua diski mpya na kuanza kunakili yale aliyokuwa akiyaangalia.

"Nne!"

"Tutawahi?"

"Bila shaka."

"Tatu!"

"Mbili!"

"Una hakika, Joram?"

"Bila shaka yoyote."

Alikuwa tayari amemaliza kunakili. Aliificha diski moja chini, katika kipoza hewa, huku jicho lake likiitazama *screen*, la pili likiwaangalia polisi ambao sasa walikuwa wakishughulika na mlango wa mbele wa nyumba yake. Joram aliupeleka mkono wake katika tufe moja chini ya kompyuta hiyo. "Sasa ni wakati wangu wa kuwapa polisi zawadi ya kusisimua," alisema huku akibonyeza kitufe hicho.

Mara tu sauti ya Kambambaya ilipotamka "Moja!" kitu ambacho hakikutarajiwa kilifuatia. Milipuko mikubwa ya mabomu iliibuka ghafla toka sehemu mbalimbali za nyumba hiyo. Polisi waliokuwa tayari wameingia katika eneo la nyumba hiyo, wale waliokuwa nje, pamoja na watu wote walitimka kuziokoa roho zao, Inspekta Kambambaya akiwa mmoja wao.

'Mona Lisa' aliduwaa, hasa alipomwona Joram Kiango akiangua kicheko.

"Ni mabomu yasiyo na madhara yoyote, niliyoyabuni kwa ajili ya mazingira ya aina hii," alisema huku akimvuta msichana huyo mkono na kumwambia. "Ni wakati wetu wa kuondoka katika nyumba hii."

Akiwa tayari amezima jenereta lake, watu wakikimbia huku na huko mitaani, Joram, kwa kutumia vijia vyake vya siri, alimwongoza Margareth kupenya taratibu hadi nje ya nyumba; nje ya ua na nje ya eneo hilo.

* * *

Ilimchukua Inspekta Kambambaya dakika moja baadaye kuelewa kuwa mabomu hayo yalikuwa ya bandia. Ilimchukua dakika moja nyingine kuwakusanya vijana wake wote. Mmoja alichoropoka kutoka huku, mmoja kutoka kule; wote wakiwa wamechakaa kwa uchafu baada ya kujirusha hapa na pale, katika maeneo ambayo walidhani yangepunguza madhara ya mabomu hayo.

Kambambaya mwenyewe, mara mlio wa kwanza wa bomu uliposikika alichupa chini na kutambaa hadi nyuma ya mbuyu uliokuwa kando. Bastola yake ikiwa tayari mkononi, macho yake yakiwa wazi, aliyatumbua kuangalia kitu ambacho kingefuatia; mlipuko mkubwa wa moto, wingu zito la moshi na kuporomoka kwa majengo. Haikuwa hivyo. Ndipo alipoelewa kilichotokea.

"Tumechezewa akili. Hizi ni mbinu za Joram Kiango. Ama anajaribu kutoroka ama tayari ametoroka. Tawanyikeni mora moja kuziba kila njia na kila uchochoro unaotoka nje ya eneo hili. Wale mliokuwa na jukumu la kuingia ndani fanyeni hivyo mara moja. Kumbukeni, namtaka akiwa hai," aliamuru.

Hata kabla maelekezo yake hayajatulia vizuri katika vichwa vyao jambo la ajabu zaidi lilitokea. Anga ambalo lilikuwa kimya na tulivu, ghafla lilipata uhai. Ndege mbili za kivita ziliibuka ghafla na kulizunguuka eneo hilo mara mbili kabla ya kuachia miale ya moto ambayo iliilenga nyumba ya Joram Kiango.

Kambambaya hakupata kuona kitu cha aina hii katika uhalisia wake. Dakika iliyopita mbele yake kulikuwa na nyumba, ambayo alikuwa akiwaelekeza vijana wake waivamie. Dakika iliyofuata hakukuwa na nyumba. Mabomu ya mfululizo yaliiteketeza kabisa na kuacha kifusi cha majivu na moto kidogo hapa na pale; Ndege zilizofanya kazi hiyo tayari zikitokomea kuelekea zilikotokea.

Nini hiki! Kambambaya alijiuliza akiwa ameduwaa. Kwa mara ya kwanza katika uhai wake, hakujua la kufanya wala la kusema.

Angeweza kuapa kwa kichwa chake kuwa aliiona nembo ya Jeshi la Ulinzi la Tanzania chini ya moja ya ndege zilizofanya shambulio hilo. Ingawa hakuwa mtaalamu sana wa masuala ya anga, lakini alikuwa na hakika kuwa ndege alizoziona kama hazikuwa *F-7* au *F-6* basi zilikuwa *F-5 MiG /7UT1* zilizonunuliwa kutoka China, mtengenezaji wa awali akiwa Mrusi.

'Nini hiki!' Alijiuliza tena.

Sura ya Tisa

USIKU huo haukuwa wa kawaida jijini Dar es Salaam na Tanzania nzima. Taarifa za nyumba kuteketezwa kwa mabomu, tena yaliyofyatuliwa na ndege za Jeshi la Wananchi wa Tanzania zilimwacha kila mtu taabani kwa namna yake.

Wako raia ambao hawakujua kilichotokea, wale ambao waliona tu miale mikali ya moto ikifuatiwa na kishindo kikubwa na kisha, kimya cha kutisha. Wako majirani na wakazi wengine wa eneo la Bunju walioziona ndege hizo zikiibuka na kuelea ghafla angani, kabla hazijalipua mabomu ambayo yaliliteketeza jumba zima na eneo la mraba lisilopungua ekari moja; na kulifanya ligeuke jivu. Hawa walipatwa na kiwewe. Waliokuwa mitaani walikimbia huku na huko, waliokuwa majumbani walikusanya watoto na vitu vyao tayari kukimbilia wasikokujua; wakiamini kuwa vita vimeanza; Dar es Salaam imevamiwa. Wachache miongoni mwa hawa, waliokuwa jasiri zaidi, walipata muda wa kuzikumbuka simu zao na kupiga huku na huko, jambo lililosaidia sana kusambaza hofu na mashaka katika jiji zima na nchi nzima.

Mitandao ya simu ilijikuta ghafla ikiwa na kazi nzito nusura ishindwe. Huyu alitaka kuongea na yule, yule alitaka kumwarifu huyu; na kadhalika.

Viongozi wa ngazi za juu ndio waliokuwa taabani zaidi. Simu za mawaziri, wakuu wa vikosi vya usalama na vya ulinzi, watu wa Usalama wa Taifa na wengineo hazikupumua hata kwa sekunde moja.

Na kwenye orodha hiyo Kambambaya alishika namba ya juu. Wakati simu yake ya ofisini ikiita mfululizo bila kupumua, simu ya mkononi nayo kila alipoikata baada ya kuzungumza na mtu mmoja ilinguruma tena. Kilele cha simu hizo kilifikia pale Rais wa Jamhuri mwenyewe alipompigia tena kutaka ufafanuzi.

"Nadhani operesheni hiyo ulikuwa ukiiongoza mwenyewe, Inspekta," Rais alisema kwa utulivu, lakini taharuki ikiwa wazi ndani yake.

"Ni kweli, mzee."

"Na pia naambiwa hadi sasa uko katika eneo la tukio."

"Kweli kabisa."

"Niambie," sauti hiyo iliongeza. "Kitu gani hasa kimetokea? Hapana, usinieleze kuwa nyumba hiyo imelipuliwa na ndege za kijeshi. Wala usinieleze kuwa ndege hizo ni za JWTZ. Hayo nimekuwa nikielezwa na kila ninayezungumza naye. Ninachotaka kuelewa ni kitu kimoja tu; nani aliyetoa amri ya kurusha ndege hizo na kulipua nyumba ya raia wangu mwema. Hilo tu."

Kambambaya alikuwa na jibu rahisi sana. Neno moja tu; sijui. Lilikuwa jibu lake pekee, jibu ambalo yeye pia amekuwa akilipata kutoka kwa kila aliyempigia simu kumuuliza swali lile lile ambalo Rais ameliuliza. Ilikuwa kama muujiza! Kila mtu alidai kuwa hajui! Mkuu wa majeshi hajui! Mkuu wa kikosi hajui! Kumbe hata Amiri Jeshi Mkuu pia hajui!

"Unasikia, Inspekta?" Sasa Rais alikuwa akifoka.

"Ndiyo, Chifu."

"Nasubiri jibu lako."

"Kwa kweli, mzee, si..."

"Sikiliza Inspekta," Rais alimkatiza." Inaelekea nchi imetushinda kuendesha. Acha kila unachokifanya tangu sasa. Badala yake wewe na wakubwa wenzako wote nawataka hapa Ikulu saa moja kuanzia sasa. Tumeelewana?" "Ndiyo, Chifu."

Mara tu baada ya Rais kukata simu, iliita tena. "Nani mwenzangu?"

"Mimi ni Mwandishi Habari. Naitwa..." Kambambaya aliikata simu na kuizima kabisa. Ilikuwa rahisi kwake mara mia moja kumkabili Rais aliyekasirika kuliko mwandishi yeyote wa habari kwa wakati huo.

* * *

"Ni yeye!"

"Una hakika?"

"Bila shaka yoyote! Namfahamu vilivyo. Amemshika kila mtu na ana uwezo wa kumnunua mtu yeyote kwa bei yoyote," Margareth alifafanua huku ameushikilia mkono wa Joram Kiango, ambaye alikuwa bado ameduwaa; bado hajui kama alipaswa kuyaamini macho yake kwa kile anachokiona au la.

Alikuwa ameshuhudia ndege mbili za kivita zikiibuka ghafla toka upande wa magharibi ya Dar es Salaam na kuelea juu ya nyumba yake. Kwa macho yake mwenyewe alishuhudia nyumba yake ikiteketezwa kwa mabomu na kufutika kabisa juu ya ardhi, kitendo ambacho awali kilimfanya aduwae; kisha akurupuke na kuanza kukimbia kuiendea nyumba hiyo. Kama Margareth asingemzindua kwa kumshika mkono, pengine bomu la mwisho lingemkuta akiwa amesimama katikati ya magofu ya iliyokuwa nyumba yake.

Kichwani Joram alijaribu kufanya tathmini ya harakaharaka ya hasara aliyoipata. Hakuona kama inathaminika. Tatizo halikuwa jengo au gharama yake, la hasha! Kilichomtesa akili hasa ni maabara yake ambayo ilisheheni vifaa vyake mbalimbali vilivyomsaidia katika kazi zake. Pamoja na maabara, maktaba yake iliyosheheni kumbukumbu na nyaraka mbalimbali pia ni kitu kingine kilichoiumiza sana roho yake. Ingemchukua maisha yake yote yaliyobakia kujenga upya maktaba kama ile.

"Kwa hiyo, sio kwamba tunashughulika na mtu hatari tu, bali mtu ambaye pia ni kichaa," Joram alisema.

"Kichaa! Tena asiyestahili kuendelea kuishi."

"Nani aliyekuambia kuwa kesho ataliona jua?"

Joram alikitupia jicho la mwisho kifusi cha iliyokuwa nyumba yake. Kisha, akageuka na kumwambia Margareth 'Twen'zetu,' huku akimvuta mkono. Alimwongoza katika vijia vya uchochoroni vilivyowawezesha kufika Boko na, hatimaye, Tegeta Kibaoni; bila matatizo yoyote.

Hapo Kibaoni, homa ya hofu ikiwa bado imetanda huku na huko, Joram haikumchukua muda kupora gari ambalo lilikwishasahauliwa kituoni. Milango ilikuwa imeachwa wazi, ufunguo wa kuwashia ukining'inia katika tundu lake. Hivyo, mara baada ya Margareth kuingia Joram aliliwasha kwa utulivu na kuliondoa taratibu, kama lake.

"Atatusamehe!" Joram alinong'ona. Tuko katika majukumu ya kitaifa!"

"Ya kimataifa!" Margareth alimkumbusha.

"Naam, ya kimataifa!" Joram alirudia. Kisha, alimgeukia msichana huyo na kumwambia taratibu,

"Tuna wasaa mfupi wa amani. Baadaye tutakuwa katika kazi ngumu. Huwezi kujua. Wote tunaweza kupoteza maisha, au mmoja wetu. Unaonaje tukiutumia wasaa huu ili unifafanulie kwa mapana zaidi yote yale ambayo siyafahamu baina yako na hayati Mona Lisa na kisha juu ya uhusiano wako na huyu mnyama tunayemsaka?"

"Lipi zaidi unalohitaji kujua Joram?" Margareth alisema akitabasamu. "Unataka kujua ilikuwaje nikampiku Mona Lisa uliyemjua na kumpenda kabla yangu? Hilo si tayari tumelizungumza? Si nimekuambia kuwa mimi na yeye tulikuwa damu moja na roho moja? Kila alichokipenda mie pia nilikipenda. Kwa bahati tulilelewa katika mazingira tofauti. Kwake yeye kusema uongo ilikuwa dhambi kubwa, kufanya mapenzi kabla ya ndoa ni laana isiyostahimilika. Hivyo ule mchezo wangu wa kuichukua nafasi yake hadi juu ya kitanda chako ilikuwa moja ya mizaha mingi niliyokuwa nikimfanyia ndugu yangu bila yeye kujua. Nilijua kamwe asingekuridhisha kimwili na nilivyokujua wewe si mtu wa kuoa."

Margareth alibadilika kidogo, tabasamu likiuacha uso wake pale alipoongeza, "Kwa bahati mbaya sana, nilijikuta nimekupenda. Sijui ni baada ya kubaini kuwa wewe ndiye yule Joram Kiango ambaye nimekuwa nikisoma sifa zake au la. Nilijikuta nimekupenda vibaya sana. Hata kwa mara ya kwanza nilianza kumwonea wivu dada yangu. Mungu atanisamehe." Baada ya maneno hayo alimwangukia Joram kifuani na kumkumbatia huku akimnong'oneza kwa sauti ndogo, "Sina bahati... Sikuwahi kuwa na bahati maishani mwangu. Naamini Mona Lisa atanisamehe... Amekuwa akinisamehe maisha yake yote... Wewe utanisamehe, Joram?" alisema huku machozi yakimlengalenga na kuteleza juu ya mashavu yake laini.

Kama sauti yake, sura yake pia ilikuwa imebadilika. Katika macho au hisia za Joram Kiango aliyekuwa akiyasema hayo hakuwa yule Mona Lisa machachari, Mona Lisa katili mwenye bastola kibindoni, tayari kuua... tayari kufa... Huyu alikuwa Mona Lisa wake! Mona Lisa halisi; mpole, na mwenye haiba.

Masikioni, Joram alisikia maneno mengine kabisa. Aliisikia sauti ya Mona Lisa pale alipopata kumwambia, Hujui Joram. Hujui, huelewi. Na huwezi kuelewa... 'Hujui kuwa tayari nimeyaweka maisha yako hatarini... Sijui kitu gani kinanitokea. Lakini naamini nimekuweka katika hatari kubwa...'

Pamoja na hisia zote alizokwishajenga juu ya pacha hewa, Mona Lisa na Margareth, pamoja na kuziamini hisia hizo, bado Joram alijikuta akihitaji kuisikia sauti ya Margareth mwenyewe ikimtegulia kitendawili hicho. Hivyo, alilisimamisha gari kando ya barabara na kumwambia, "Ndiyo, tunahitaji kuzungumza."

Margareth aligeuka kumtazama usoni. Sekunde kadhaa zilipita akiwa bado kamtumbulia Joram macho. Kisha, taratibu, machozi yalikoma kumtoka na tabasamu jipya kuanza kuchanua usoni mwake. Halikuwa tabasamu lile ambalo Joram alilishuhudia muda mfupi katika uso huo. Hili lilikuwa tabasamu jembamba, lisilopendeza hata kidogo, tabasamu ambalo lilifuatiwa na swali, "Bado tu unataka kunifahamu kwa mapana zaidi? Sijawahi kumsimulia mtu yeyote duniani ukweli kuhusu maisha yangu. Mona Lisa, ndugu na rafiki yangu pekee amekufa bila hata kujua kama ana ndugu. Kwa kuwa leo unaweza ukawa usiku wangu wa mwisho duniani nitakusimulia. Lakini lazima nikuonye mapema. Jiandae kusikia moja ya hadithi chafu, za kutisha na kusikitisha. Baada ya kuutua mzigo huu nitakuwa tayari kumfuata dada yangu, ili kama tutaonana tena huko aliko niweze kumtaka radhi."

Joram alikuwa akisubiri.

"Hujali kusikiliza hadithi mbaya Joram?" Margareth alimuuliza. "Usije ukajilaumu baadaye."

* * *

"Ilinichukua miaka kumi na sita ya umri wangu kujua kuwa mimi ni Mtanzania, mimi ni pacha na kuwa ndugu yangu alikuwa hai, hapa hapa Tanzania," Margareth alieleza.

"Awali ya hapo nililelewa kwa uongo na kuamini kila nilichoambiwa. Walinifanya niamini kuwa mimi ni yatima niliyetelekezwa na mama yangu mzazi hospitalini, mara tu baada ya kujifungua, kwamba mama, baada ya kitendo kile cha kunitelekeza katika hospitali moja Entebe, alipotelea katika madanguro ya wanawake malaya mjini Kampala. Msamaria mmoja aliyekuwa safarini kuelekea Nairobi aliniokota na kunipeleka Nairobi ambako alinikabidhi katika himaya ya watunzaji wa watoto yatima. Huko ndiko nilikopata mfadhili mwingine, tajiri, aliyenichukua na kunipeleka katika shule mbalimbali za kimataifa. Mfadhili huyo baadaye alichukua nafasi ya baba na mama yangu na kuhalalisha jambo hilo kwa mujibu wa sheria za Kenya."

Margareth aligeuka na kutazama nje ya gari kwa muda. Kisha, alimgeukia tena Joram na kuendelea,

"Robo tatu ya hadithi hiyo ni uongo, Joram, uongo mtupu. Mimi sikuwahi kuwa yatima wala sikupata kutelekezwa na mama. Mama yetu alitupenda sana na alitulea vizuri sana hadi walipomuua kikatili, wakayatupa maiti yake katika Ziwa Victoria na kututenganisha, mimi na mdogo wangu."

Kwa mujibu wa maelezo yake mama yake, msichana ambaye alikuwa akijiandaa kufanya mtihani wake wa kidato cha nne, alipewa mimba na padri wa kanisa moja mjini Bukoba. Alimwendea padri huyo kwa ajili ya kuungama lakini padri akamshawishi kufanya naye mapenzi, jambo lililopelekea apoteze ubikira wake na kupata ujauzito. Kutokana na hofu ya kupoteza upadri na hata kufungwa kwa mujibu wa sheria za Tanzania padri huyo alimsihi sana msichana huyo kutomtaja. Badala yake alimtoroshea mjini Mwanza ambako alimficha katika moja ya hoteli za kitalii na kuanza kumhudumia mahitaji yake yote huku akimshawishi kuitoa mimba hiyo, 'jambo ambalo mama alikataa katakata.'

'Vishawishi vilipoanza kukoma na vitisho kuchukua nafasi yake mama aliamua kuondoka hotelini hapo, akaenda kujificha Igoma alikokuwa akiishi shangazi yake mmoja. Shangazi huyo alimlea vizuri na kuhakikisha amejifungua salama, mapacha wa kike, mimi nikiwa mmoja wao. Tulipofikia umri wa miezi miwili shangazi alitusafirisha kurudi nyumbani ambako wazazi wa mama walitupokea kwa furaha zote na hata wakaandaa sherehe kubwa iliyoambatana na vinywaji anuwai.

"Sherehe hiyo ilikuwa mwanzo wa balaa. Ingawa mama alikuwa hajapata kumtaja mtu aliyehusika na ujauzito wake, minong'ono iliyokuwa ikitembea na kusafiri huku na huko hata kumfikia padri huyo, kuwa anahusika. Alipatwa na hofu kubwa hata akaanza upya kubuni mikakati ya kulisafisha jina lake.'

"Ikaja siku moja," Margareth aliongeza. "Mama na watoto wake walitoweka. Tulitafutwa huku na huko bila mafanikio. Wiki moja baadaye mama aliokotwa akielea juu ya maji ya Ziwa Victoria, sehemu kubwa ya mwili wake ikiwa imeliwa na samaki. Miili ya watoto haikuonekana. Watu wakachukulia kuwa tayari tuliliwa na sangara. Upelelezi wa ndugu za mama na vyombo vya dola haukufanikisha kumtia yeyote hatiani. Hadithi ikawa imeishia hapo."

Lakini kwa upande wa watoto huo haukuwa mwisho bali mwanzo wa sura ya pili ya maisha yao. Yaelekea mtu au watu waliopewa jukumu la kutuangamiza alituonea huruma. Badala ya kutuua pamoja na mama alitutorosha hadi Mwanza. Huko, kweli alitukabidhi katika kituo kinachojihusisha na watoto yatima cha KULEANA. Nao wakiwa hawana ujuzi wa kushughulika na watoto wenye umri kama wetu, walitupeleka hospitali ya Bugando ambako tuliishia katika mikono ya akina mama wenye huruma wa Kanisa la Katoliki. Tukajiunga na jamii mpya, jamii inayochipuka, ya watoto yatima. Muda waliojiwekea wa kusubiri watu waliopotelewa na watoto wao wajitokeze na kututambua ulipopita tuliorodheshwa rasmi na kuanza kutafutiwa wafadhili.

"Miezi sita baadaye, mimi nilipata mtu aliyekuwa tayari kunilea. Nadhani, kwa lugha sahihi, nilinunuliwa kwani nilikuja kubaini baadaye kuwa kwa kutumia mawakala, au kwa majina tofauti mfadhili wangu alichukua zaidi ya watoto mia moja, katika nchi na miji tofauti duniani na kuwapeleka huku na kule kulingana na mahitaji ya mtoto. Tuliokuwa wachanga tulipatiwa vituo vya kulelea watoto ambavyo ama alivilipa vizuri ama alivimiliki.

"Mfadhili huyu hakuwa na tatizo la fedha. Tuliishi vizuri sana, wenye akili tukitafutiwa shule na vyuo vya maana popote duniani.

"Mfadhili huyu alikuwa msiri sana. Si kwamba alihakikisha kuwa sisi tulio katika himaya yake hatujuani peke yake, bali sisi wenyewe hatukumjua. Mimi binafsi nilimwona kwa macho nikiwa na miaka kumi, darasa la tano. Alikuja shuleni kwetu usiku. Nikaitwa na kutambulishwa kwake kama baba yangu. Wakati huo sikuweza kumwona vizuri, lakini nilihisi kuwa alikuwa mtu mweupe sana ama chotara. Alizungumza nami kwa Kiingereza kizuri, akiniomba radhi kwa kutoonana naye mara kwa mara. Akaniambia kuwa mama alifariki wakati wa uzazi wangu lakini yeye amenilea na atanilea vizuri kwa kadri ya uwezo wake. Kuwa itakuwa vigumu kuonana naye mara kwa mara lakini popote alipo atanikumbuka. Akanitaka nikazane na masomo yangu kwa kuwa ananitegemea sana katika urithi wa shughuli zake.

"Nilirudi bwenini nikiwa nimejawa na furaha kubwa kwa kubaini kuwa kumbe sikuwa yatima wala mtoto wa mitaani. Nilikuwa na baba! Baba mwenye uwezo mkubwa wa kiuchumi na mapenzi mazito kwangu! Furaha hiyo ilinifanya niongeze juhudi katika masomo na majukumu yangu yote hata nikaondokea kuwa mwanafunzi bora karibu katika kila jambo."

Margareth alionekana kuwaza kwa muda kabla hajaendelea, "Mabadiliko yangu ya kitabia yalikwenda sambamba na yale ya kimaumbile. Pindi maumbile ya kitoto yakitoweka taratibu niliibukia kuwa msichana mzuri ambaye kila mtu, hata wasichana wenzangu, walinimezea mate. Nilimaliza elimu ya sekondari kwa taabu kutokana na vishawishi vya walimu na wanafunzi wenzangu. Nilisoma Chuo Kikuu kwa shida kwa ajili ya usumbufu wa wanafunzi na hata maprofesa wangu. Nikajifunza kushindana na vishawishi hivyo hata nikawa sugu, asiyebabaishwa na lolote.

Katika miaka yote hiyo ya sekondari na chuo sikumwona baba, zaidi ya kupokea simu zake na zawadi za mara kwa mara. Nilipojaribu kuwasiliana naye nilikosa mafanikio kutokana na simu zangu kupokelewa na makarani wake ambao walikuwa na kila aina ya majibu; mara 'Yuko mkutanoni', mara 'Amesafiri', mara 'Acha namba atakupigia'; na kadhalika.

Furaha niliyokuwa nayo juu yake ikaanza kufifia."

Walikutana tena na baba yake wakati Margareth akisherehekea shahada yake ya pili huko Montreal, Kanada. Mzee alitokea ghafla chuoni na kumtafuta. Margareth alipofika mbele yake alionekana kutahayari waziwazi kwa uzuri wa sura na umbile lake.

"Mpenzi... Mpenzi wangu..." alitamka akimbusu na kisha kumkumbatia. "Nakwambia mie na wewe tutafanya makubwa duniani."

Alimhamisha Margareth kutoka chuoni hapo usiku huo huo na kumpeleka katika mojawapo ya mahoteli makubwa. Alimchukulia chumba bora zaidi hotelini humo na kumkabidhi kadi ya benki yenye maelfu ya dola.

"Toka hapo hakuniacha tena. Kila jioni alifuatana nami sehemu mbalimbali za starehe na kuninunulia mvinyo huku yeye akinywa wiski. Kauli yake kubwa ilikuwa moja tu siku zote, '... Mimi na wewe tutafanya mambo makubwa...' Kila nilipopata wasaa na kumdodosa juu ya mama yangu alikwepa kuzungumza lolote kwa kisingizio cha 'Usinikumbushe, iko siku tutazungumza."

Margareth alisita kwa muda mrefu tena kabla hajayafumba macho yake na kisha kunong'ona kama anayezungumza peke yake, "Halafu ukaja ule usiku ambao alinibaka." Alinyamaza kwa muda kama anayeyasikiliza kwa mara nyingine maumivu ya usiku huo.

Joram alitulia, akisubiri pasi ya kumhimiza.

"Usiku ambao kamwe sitausahau," Margareth aliendelea, "Tulikuwa Florida, Marekani. Kutwa hiyo nzima alionekana mtu mwenye furaha tele. Hakukubali nimwache walao kwa dakika chache. Muda mwingi aliutumia kwa kunywa wiski zake, mara chachechache akiinuka kwenda kupiga simu. Mimi pia alinishawishi kunywa kitu chenye nguvu zaidi ya ule mvinyo niliouzowea. Nilikataa, nikiendelea na kinywaji changu cha kawaida. Nadhani alitumia mwanya fulani kuniwekea dawa za kulevya kwani baada ya muda fulani nilijiona taabani, macho mazito mwili ukiwa umelegea. Nikahisi kumwona akinibeba hadi chumbani kwake ambako alinivua nguo na kunifanyia kile ambacho sikuwahi kufanya maishani.

Kesho yake, fahamu ziliponirudia kikamilifu alikuwa bado amenikumbatia kitandani! Mshtuko nilioupata haukuwa na kifani. Baba yangu mzazi! Niliwaza kwa uchungu huku nikiangua kilio. Lakini yeye alinibembeleza na kuamua kunitobolea ukweli.

'Mimi si baba yako Margareth. Wala sina udugu wowote wa damu nawe. Mimi ni mfadhili wako tu, aliyeondokea kukupenda na ambaye siku moja atakuwa mfalme wa dunia hii, wewe ukiwa malkia', alisema akizidi kunipapasa hapa na pale.

Nilitetemeka, nilichanganyikiwa, nikatamani ardhi ipasuke; inimeze. Nikajikaza na kujaribu kuuficha mshangao wangu ili nimwelewe vizuri zaidi mtu huyo ambaye miaka yote niliamini kuwa ni baba yangu mzazi. Kila alivyojieleza, kila alivyozidi kufafanua harakati zake, ndivyo nilivyozidi kuamini kuwa kichwa chake kilikuwa na aina fulani ya mushkeli. Alijawa na ndoto za ajabu, ndoto za alinacha. Na kila ndoto yake hatima yake ilikuwa ni kuitawala dunia, kuwa mfalme wa dunia.

Sikumwelewa. Wala sikuona iwapo ingetokea siku nikamwelewa. Nikaanza kubuni mbinu za kutoroka. Kwa bahati mbaya, sikumjua kwa karibu mtu yeyote zaidi yake, wala sikuwa na ndugu yeyote duniani. Hivyo, nikaamua kujifanya kama niliyeziafiki ndoto zake na kuamua kuishi naye milele.

Tuliishi pamoja kwa miezi sita. Hatukuishi muda wote huo kwa mfululizo, la hasha! Alikuwa mtu wa hapa na pale, mtu wa kutoweka ghafla kwa wiki na hata miezi na kurejea ghafla wakati na saa yoyote. Kwa bahati, katika kipindi hicho nilibahatika kufahamu kuwa asili yangu ni Tanzania;

si Uganda wala Kenya kama nilivyoelezwa awali. Toka hapo niliongeza jitihada kubwa za upelelezi hata nikayabaini yote yaliyonihusu; baba aliyenisusa, mama aliyeuawa na pacha mwenzangu ambaye tulitenganishwa tungali wachanga. Nikaongeza juhudi. Niliwasiliana na vituo vyote vya kulelea watoto yatima Afrika Mashariki, ofisi zote za Ustawi wa Jamii, shule na vyuo mbalimbali. Juhudi zangu zililipa takriban mwaka mmoja baadaye, nilipoletewa picha ya msichana aliyesimama katika mojawapo ya mitaa ya Dar es Salaam, ambaye ningeweza kuapa kuwa alikuwa mimi. Tulifanana, reale kwa ya pili. Nilitetemeka mwili mzima huku nikiangua kilio, hasa baada ya kupewa historia ya msichana huyo kuwa aliitwa Mona Lisa; alilelewa na Wamisionari wa dhehebu la Katoliki, akaelimishwa katika vyuo vyao na baadaye kwenda nchini Uingereza ambako alipata shahada yake ya pili majuzi tu. Kwamba alikuwa amesomea fani ya uandishi wa habari za kubuni na mengine mengi."

Joram alihisi akianza kupata mwanga zaidi. Alimkumbuka Mona Lisa na mswada wake wa 'Ubongo wa Mwalimu Nyerere'. Alikumbuka msichana huyu alivyomjia na kumtaka ushauri. Akaukumbuka ule mswada wake mzuri, ambao ungeweza kuwa kitabu cha kusisimua sana kama kile kifo cha kusikitisha kisingemkuta, tena juu ya kitanda chake. Hasira zikampanda na kumfanya amkazie Margareth macho makali yaliyojaa maswali. Maswali ambayo Margareth aliendelea kuyatolea ufafanuzi katika simulizi lake.

"Kiumbe huyu ambaye alianza kama baba kisha akawa mume na baadaye kuondokea kuwa adui yangu mkubwa, siku zote alikuwa na ndoto juu ya nchi hii ya Tanzania. Kila mara aliita, 'Nchi yangu'. Wakati mwingine alizungumza hata akiwa usingizini, akiitaja Tanzania. Siku moja alinivuta faragha na kuniambia, 'Unafahamu kuwa tutaitawala dunia kutokea Tanzania?' Bado sikuweza kumwelewa. Wakati huo tulikuwa tukifanya ziara nyingi za siri humu nchini na kufungua miradi mingi chini ya mwavuli wa uwekezaji.

Wakati hayo yakitokea tayari nilikwishapewa mafunzo makubwa ya ujasusi, upelelezi na matumizi ya silaha anuwai. Nilipelekwa Izrael, Lebanon, Marekani na Pakistan ambako nilikutanishwa na Osama bin Laden ambaye alinipenda ghafla na kujaribu kunirubuni. Nikamwacha, lakini si kabla ya kuchota mengi toka kwake kitaaluma..

"Taaluma hiyo iliniwezesha kujua na kutumia vitendea kazi vya aina mbalimbali, kimojawapo ikiwa ile pete ya mawasiliano ambayo nilifanya hila hata marehemu akaipokea na kukubali kuivaa akiamini kuwa ni zawadi kutoka kwa mtu mwingine kabisa, pete ambayo, nikiwa umbali usiozidi kilomita moja niliweza kusikiliza maongezi yake yote bila yeye kujua. Kadhalika, iliniwezesha kujua mahala alipo muda wote."

Margareth alisita tena, kama anayesikilizia maumivu ya hadithi yake mwenyewe. "Lazima nikiri kuwa niliishi kwa taabu sana katika kipindi hicho, Joram," aliendelea. "Fikiria, ndugu yako wa damu, hujapata kuzungumza naye kwa miaka, toka mlipokuwa mkigombea titi la mama, halafu unamwona, unamsikiliza, lakini huwezi kujitokeza na kujitambulisha kwake."

"Kwa nini hukujitokeza?" Joram akauliza.

Margareth alimtazama Joram kwa mshangao, akamwambia taratibu, "Wewe si mtu wa kuuliza swali kama hilo Joram."

Ni kweli, Joram aliwaza. Kujitambulisha kwa Mona Lisa lilikuwa jambo ambalo Margareth asingeweza kulifanya kwa sababu nyingi sana. Kwanza, alikuwa akiishi katika dunia ile ambayo Wamarekani huiita 'Underground World1, dunia ya kujificha mchana na kutembea usiku. Kama angejitokeza ingekuwa sawa na Osama bin Laden kuitangazia dunia amejichimbia wapi. Kwa upande mwingine, Joram alifahamu kuwa Margareth alisita kufanya hivyo kwa kuchelea kuhatarisha maisha ya ndugu yake huyo wa pekee duniani. Mwajiri au mfadhili wake alikuwa mtu hatari ambaye asingesita kumuua msichana huyo asiye na hatia kwa ajili ya kulinda maslahi yake. Angemuua kwa kukusudia, si kwa bahati mbaya kama alivyofanya. Lakini, maisha yao tayari yalikuwa na tofauti kubwa sana. Wakati Mona alikuwa kama malaika, Margareth alijiona kama shetani asiye na lolote la kuzungumza naye.

"Mshenzi yule," Margareth aliendelea. "Alikuwa ananiamini sana. Lakini pamoja na hayo alikuwa akinificha baadhi ya mikakati yake nyeti. Ni majuzi tu, akiwa amejawa na furaha, aliponiita na kuniambia, 'Tayari. Hakuna tena kitakachotuzuia kuitawala dunia. Tutaanza na Tanzania. Baada ya muda mfupi tutaichukua Afrika na muda si mrefu dunia nzima itakuwa chini ya himaya yetu'. Sikumwelewa. Ni kweli kuwa alikuwa na hela, tena nyingi sana na zilizochimbiwa sehemu mbalimbali duniani. Ni kweli pia alikuwa na mtandao mkubwa; viongozi mbalimbali wa kisiasa na kijeshi, wasomi na watu wa kada nyinginezo wakipokea maelekezo kutoka kwake. Sikuwa na shaka kuwa angeweza kuandaa na hata kuangusha utawala wa nchi yoyote duniani, hasa zile nchi dhaifu kiuchumi. Lakini kuitawala dunia...

"Alibaini kuwa nilikuwa sijamwelewa. Ndipo aliponifungulia komputa yake na kunionyesha hicho nilichokuonyesha, ambacho alikitaja kama silaha yake pekee ya kuitawala dunia, silaha ya maangamizi ya kutisha ambayo mimi niliichukulia kama mtambo wa mauti.

Niliogopa, nikatetemeka sana na kumwambia waziwazi kuwa siafikiani naye. Kwa hulka yake nilijua kuwa kauli yangu ilikuwa hukumu ya kifo changu mwenyewe, lakini sikujali. Kifo changu kilikuwa kheri mara elfu moja kuliko kuiacha dunia nzima iteketezwe kwa ajili ya ndoto za mwendawazimu mmoja.

Ndipo nikaelewa kwa nini alifanya kila njia kuhakikisha naajiriwa katika Jeshi la Polisi la Tanzania na baada ya kuhakikisha kupitia kwangu amepata kile alichotaka akanitoa kwa kubuni ule mpango wa ajali ambao ulisababisha kupoteza maisha ya watu wasio na hatia.

Nikiwa ndani ya polisi ndipo nilipoanzisha ule utani wa kujiita Mona Lisa kama njia pekee ya kuwa karibu na ndugu yangu, jina ambalo kwa ajili ya maumbile yangu lilikubalika mara moja na kudumu hadi kilipotokea 'kifo' changu."

Baada ya kusita kwa muda, Margareth akaendelea, "Nililazimika kutumia busara juu ya mkakati wake wa kishetani. Nilijitia kumsikiliza wakati akijitahidi kunishawishi na kunipamba kwa joho la 'Umalkia wa dunia[1]. Usiku huo huo nilinakili kutoka katika kompyuta yake mpango wake huo na kutoroka. Ndipo ulipoanza ule mchezo wa paka na panya. Alifungulia majeshi yake yote na kuniwinda kwa udi na uvumba. Pale kitandani kwako, pamoja na mzaha wangu wa kawaida kwa hayati ndugu yangu niliitumia fursa ile kwa masuala mawili. Moja ilikuwa kujificha. Lakini pili, nilikuwa nikitafuta nafasi nzuri zaidi ya kukufahamu na kuona kama ungeweza kukidhibiti kichaa changu. Lazima nikiri kuwa sikujua kama alikuwa na mtandao mpana kiasi kile nchini. Nadhani ni kwa ajili ya kufanana kwangu na Mona Lisa ndiyo sababu walinifikia haraka kiasi kile na kuishia kumuua yeye badala yangu."

Margareth alisita tena, machozi yakianza tena kumtoka. Alitetemeka mwili mzima, jasho jembamba likimtoka. Mara, kwa mara nyingine tena, alimwangukia Joram kifuani na kunong'ona, "Samahani sana. Mimi ni mwanamke mbaya sana, muuaji na katili mkubwa. Mona Lisa hakustahili kuwa ndugu yangu. Nadhani hata wewe sistahili kukukumbatia, Joram. Lakini bado nitaua! Kwa mara ya mwisho! Baada ya hapo nitakuwa radhi kufa!"

Sura ya Kumi

WAKATI watu mbalimbali wakitaabika usiku huo, mtu mmoja alikuwa akicheka. Kwa jina aliitwa Christopher Marlone, ingawa kwa sasa hakujulikana kwa jina hilo.

Marlone alikuwa na kila sababu ya kucheka. Aliamini kabisa kuwa usiku huu ulikuwa mwisho wa ndoto yake kuitawala dunia na mwanzo wa ndoto hiyo kutimia. Kesho ingekuwa siku nyingine kabisa katika historia ya maisha yake, historia ya Tanzania na historia ya dunia. Kesho atakuwa Ikulu, akitoa maagizo ambayo nchi nzima itayatekeleza. Mwaka kesho Afrika nzima ingemtii na muda mfupi baadaye dunia nzima ingetekeleza matakwa yake. Zimebakia saa tu!' aliwaza.

Safari ya kuifikia tamati ya ndoto yake haikuwa fupi. Kwa ujumla ilikuwa ndefu, ngumu na iliyohitaji uvumilivu mkubwa. Tangu pale mikakati yake ilipoharibika kwa bahati mbaya, mwaka wa 1995, kufuatia ajali mbaya ya gari jijini London, Uingereza, na kumfanya King Halfan ambaye angekuwa mtu wake pale Ikulu achopoke kutoka mikononi mwake. Marlone, hakuipoteza ndoto yake. Badala yake ndio kwanza aliivalia njuga na kuzama katika mbinu na mikakati mbalimbali ya kujiandaa kuichukua nchi yake na baadaye dunia nzima.

Matarajio yake hayo yalipata nguvu zaidi pale mmoja wa 'watoto' wake, ambaye alimfadhili katika masomo ya sayansi alipoibuka na ugunduzi wa kuumba upya na kisha kuviumbua virusi vya UKIMWI. Kwa kutumia maabara ya siri aliyomjengea msichana huyu yatima, ambaye wazazi wake wote walipoteza maisha kutokana na tatizo hilo, alifanikiwa kuumba kirusi ambacho kilifanya kazi ya kuteketeza chembechembe nyeupe katika damu kwa kasi ya kutisha, chembechembe ambazo pia alikuwa na uwezo wa kuziteketeza kwa kasi ile ile kwa kuziagiza vinginevyo.

Msichana yule, ambaye alikuwa amefanya kazi katika maabara mbalimbali zinazojihusisha na virusi na kuwashangaza mabingwa wa taaluma hiyo duniani, aliufanya ugunduzi huo kwa nia njema kabisa. Alitarajia ufumbuzi wake uwe mwisho wa zahama ya UKIMWI ambayo inatishia kuiangamiza dunia. Lakini mfadhili au 'baba' yake alikuwa na mawazo tofauti, "Usimwambie mtu yeyote juu ya hili. Tutaitumia hii kuitawala dunia. Wewe na mimi. Wewe utakuwa malkia, mimi nikiwa mfalme," alisema.

Msichana hakuelewa. Lakini alipomwagiwa fedha nyingi na vifaa mbalimbali vya uzalishaji wa virusi hivyo viliponunuliwa, huku maabara kubwa zikijengwa kwa siri katika nchi mbalimbali za dunia na mitandao ya kuzisafirisha na kuzisambaza kuundwa ndipo alipoelewa. Ndio kwanza akaelewa kuwa mfadhili wake huyo alikuwa mwendawazimu. Alijaribu kuiharibu fomula yake lakini akawa tayari amechelewa. Marlone alikuwa tayari ameinakili na kumfundisha mmoja wa wasaidizi wake mwenye 'kifua' zaidi ya msichana huyo.

Jaribio la awali kwa binadamu dhidi ya virusi hivyo lilikuwa lile la kupenyeza nyama zilizosagwa katika tafrija ya harusi moja kubwa jijini Dar es Salaam. Kila aliyekula nyama hiyo alipoteza maisha katika saa ishirini na nne zilizofuata. Jambo ambalo lilimsisimua sana Marlone na kumthibitishia kuwa alikuwa amepata silaha pekee aliyoihitaji.

Majaribio ya virusi hivyo yalipoanza kufanyika kwa watu wasio na hatia, na kufanya madaktari bingwa duniani washindwe kuamini kile walichokiona, binti wa watu alifanya kitu pekee alichokuwa na uwezo nacho. Alijiua kwa kutumia virusi alivyovibuni mwenyewe.

Marlone hakujali. Aliendelea na maandalizi yake ya kuidhoofisha na kisha kuitawala dunia.

Fedha halikuwa tatizo. Biashara zake halali kwa haramu pamoja na hujuma mbalimbali alizopata kufanya maishani mwake zilikuwa zimemwingizia mamilioni kwa mamilioni, ambayo aliyachimbia katika benki mbalimbali katika nchi mbalimbali duniani.

Hapa nchini, sura yake ya hadharani ilimchora kama mwekezaji mashuhuri anayejihusisha na uchimbaji wa madini, uingizaji na usafirishaji wa mafuta, umiliki wa viwanda vya chakula; na kadhalika. Kwa majina ya bandia alimiliki benki, kampuni ya bima na maduka kadhaa ya kubadili fedha. Kwa siri sana, alikuwa msafirishaji mkubwa wa dawa za kulevya mara nyingi akitumia ndege zake binafsi ambazo ziliandikishwa kwa majina bandia vilevile.

Katika daftari lake la siri la mishahara, Marlone alikuwa na orodha ndefu sana ya waheshimiwa katika kila pembe ya dunia. Wako marais ambao bila msaada wake ama kiuchumi wake wa kijeshi wasingeweza kuiona Ikulu. Wako majemadari, madaktari, wahandisi, wanasiasa na wengineo ambao waliishi kwa fadhila zake. Wengi kati ya hawa hawakumfahamu kabisa au walimfahamu kijuujuu katika sura na jina alilotaka yeye, kulingana na mazingira.

Wakati akikamilisha mtandao wake wa kusambaza virusi hivyo duniani, kupitia katika maji na chakula, ndipo lilipozuka tatizo la yule msichana wake kujiua, kwa maana ya kupingana na harakati zake, tatizo ambalo halikumsumbua sana kwani tayari alikuwa amelipatia ufumbuzi kitambo kirefu. Na baada ya hilo likafuata lile la Margareth...

Kwake Margareth alikuwa zaidi ya kila mtu. Alimtegemea kwa kila hali, kuliko yeye mwenyewe alivyofahamu. Uzuri wake usio wa kawaida ulikuwa chombo kilichomsaidia sana kunasa marafiki au maadui zake. Ujasiri wake katika matumizi ya mwili wake, akili zake na silaha yoyote aliyoitia mkononi, ulikuwa msaada usio kifani kwake. Hata ile hatua ya kumwingiza katika jeshi la polisi la Tanzania, na baadaye kumtoa kwa kisingizio kuwa alikufa katika ajali ya gari, ilikuwa moja ya harakati zake za kuujenga vizuri zaidi mtandao wake katika jeshi hilo.

Hivyo, Margareth naye alipoonekana kupingana na mkakati wake na baadaye kutoweka na siri zake lilikuwa pigo kubwa kwake, pigo ambalo hakulitegemea kamwe. Hata ile kauli yake ya kuamuru Margareth auawe aliitoa shingo upande, kinyume kabisa na tabia yake ya kuhukumu mtu kifo kwa urahisi kama anayeamrisha kuku achinjwe.

Akiwa anafahamu fika Margareth alivyofundwa akafundika katika taaluma ya ujasusi, Marlone alisita kuutumia mtandao wake wa kawaida katika kazi hiyo. Badala yake akamkodi mtu wa nje ambaye mara nyingi alitumiwa kwa mauaji. Ikamshangaza kuona muda mfupi baadaye mtu huyo akidaiwa kuikamilisha kazi aliyopewa. Hakuamini ingawa alikubali kummalizia malipo yake.

Hivyo, hakushangaa zilipoibuka taarifa za Margareth, aliyetarajiwa kuwa marehemu, kuonekana tena mitaani katika hali ya kustaajabisha. Marlone alipoletewa picha ya mwili wa marehemu alishangaa kuona kuwa ilikuwa ya Margareth yuleyule aliyemjua, jambo ambalo liliichanganya sana akili yake. Ndipo akachukua uamuzi wa kufanya lile jambo la hatari, kuuiba mwili wa marehemu kutoka jengo la maiti la Muhimbili na kuupeleka katika misitu ya Pugu ambako alikwenda kuukagua, kazi ambayo ilikamilika kwa kuhakikisha yule mzee mlevi, Super D, anauawa kwanza na maiti yake kuchukua nafasi ya marehemu.

Marehemu alikuwa Margareth! Marlone hakuyaamini macho yake. Ni pale tu, kupitia mtandao wake aliouamini, alipofahamishwa juu ya 'Margareth' mwingine aliyeishi hoteli ya *New Africa* kwa siku kadhaa ndipo alipobaini kuwa walikuwa pacha. Ilimuuma kuona kuwa aliishi gizani kwa muda mrefu bila kujua kuwa Margareth alikuwa na ndugu, mzuri kama yeye, aliyekuwa akiitwa Mona Lisa.

Aliamuru mwili wa marehemu uzikwe humo msituni na kaburi lake kufichwa vilivyo.

Mkasa huo wa kifo kisichokusudiwa ungeweza kabisa kuvuruga mikakati yake ambayo hadi hapo ilikuwa ikienda kwa mujibu wa mpangilio. Hivyo, alitoa amri nyingine, ya kuhakikisha Margareth angeuawa haraka, mahala popote na wakati wowote, amri ambayo aliitoa kwa watu kadhaa bila wao kufahamiana, miongoni mwao wakiwemo wale waliokuwa na jukumu la kufuta ushahidi kwa kumuua muuaji kabla hajaufungua mdomo wake.

Kitu kingine kilichomsisimua Marlone ni taarifa kuwa mtu aliyeachwa hai pale kitandani, baada ya aliyedhaniwa kuwa Margareth kuuawa, alikuwa Joram Kiango! Kiango, kijana hatari na machachari, ambaye amekuwa akivuruga harakati nyingi za hujuma hapa nchini na nje ya nchi, Joram ambaye alisababisha makaburu wa Afrika Kusini wabadili siasa zao na kumruhusu Nelson Mandela, mtu mweusi, aichukue nchi, baada ya harakati zao kubwa kutibuliwa,

Joram mwenye roho ya paka! Joram anayeweza kuponyoka hata katika mikono ya nunda au kuchopoka kutoka katika dimbwi la damu! La, hakuwa mtu wa kuishi. Amri ya kifo cha Margareth iliambatana na ile ya kumuua pia Joram Kiango mahala popote na wakati wowote.

Haikuwa kazi rahisi. Joram Kiango alitoweka, Margareth Johnson aligeuka mbogo. Badala ya kuuawa ni yeye aliyeua, sirini na hadharani. Hali iliyopelekea Marlone aanze kuingiwa na hofu. Hakuna uwezekano wowote wa kuendelea na programu yake huku Margareth akipumua, Joram akimvizia.

Faraja na matumaini vilimrejea alipoarifiwa juu ya Joram Kiango na Margareth Johnson kuonekana wakipanda gari moja na kuondoka katika Uwanja wa Ndege wa Dar es Salaam kwa gari moja na baadaye kuripotiwa kuingia katika nyumba yake, huko Bunju. Taarifa za polisi wa kiraia na wenye sare kuizingira nyumba hiyo pia zilimfikia. Mmoja wao, akiwa mtu wake, alimletea taarifa zote, hatua kwa hatua.

Haikuwepo namna yoyote ya Marlone kuipoteza nafasi hii adimu, Marlone aliamua. Akatoa amri ya kwanza kwa mtu wake mzito katika Jeshi la Wananchi wa Tanzania, nyumba ya Joram Kiango ilipuliwe, Joram, Margareth na kila kilichomo ndani ya nyumba hiyo kiteketezwe kabisa, amri ambayo ilitekelezwa mara moja.

Margareth alikuwa marehemu! Joram Kiango amekuwa historia! Hakuna tena ambacho kingesimama kati yake na azma yake ya muda mrefu.

Ni hayo ambayo yalimfanya acheke, tabasamu likichanua mara kwa mara katika uso wake. Sasa alikuwa na muda mfupi tu wa kusubiri kabla hajatoa amri nyingine. Baada ya hapo atatoa amri zote akiwa ndani ya Ikulu ya Dar es Salaam, akiwa juu ya kiti cha enzi.

Mara kwa mara Marlone aliitazama saa yake. Aliona kama inayochelewa. Alikuwa akiwasubiri wajumbe wa kikao cha Ikulu watimie, Rais achukue nafasi ili aitoe amri yake hiyo, ya mwisho akiwa uraiani.

"Bado watatu Chifu," aliendelea kupokea taarifa katika simu yake.

"Bado wawili."

Na baadaye kidogo, "Bado mmoja!"

Kisha, "Sasa anasubiriwa Rais tu!"

Marlone alishusha pumzi kwa nguvu. Akaitazama tena saa yake. "Dakika kumi tu baadaye," alinong'ona akilazimisha tabasamu ambalo aliliona likianza kutoka kwa shida kuliko awali.

"Rais anaingia, Chifu!"

Kilikuwa kimoja kati ya vile vikao adimu sana, kikao cha watu wazito ambao dhamana ya uhai na usalama wa taifa uko mikononi mwao. Alikuwapo Mkuu wa Majeshi ya Ulinzi; alikuwapo Mkuu wa Kitengo cha Usalama wa Taifa; alikuwapo Mkuu wa Jeshi la Polisi, Mawaziri wa Baraza zima walialikwa pia.

Ukiwa mkutano wa dharura ulioitishwa ghafla kufuatia tukio la dharura, kila mmoja kati yao alikurupuka na kuja kikaoni. Wako waliotokea kwenye hafla mbalimbali, ambao suti na tai zao zilikuwa bado zinaning'inia katika shingo zao. Wako waliotokea kitandani, ambao walijitupia vazi lolote lililokuwa karibu. Wako ambao walitokea kazini, ambao hawakupata hata muda wa kubadili sare zao zilizolowa jasho na kuchakaa kwa vumbi. Miongoni mwao alikuwamo Inspekta Haroub Kambambaya.

Si kwamba yeye alichakaa mwili na mavazi tu, bali pia alikuwa amechakaa kwa uchovu, njaa na ukosefu wa usingizi. Alikuwa hajapata mapumziko wala fursa ya kutia chochote mdomoni kwa takriban saa ishirini na nne sasa. Akiwa Bunju, macho yake yakishuhudia nyumba ya raia na chochote kilichomo kikiteketezwa mbele yake, wito wa kuja Ikulu aliutekeleza bila kupitia nyumbani wala ofisini. Alikuwa mmoja kati ya waliotangulia kuingia ukumbini hapo na kusubiri kimya juu ya kiti chake. Akiwa mmoja kati ya viongozi wakuu wa operesheni ile, kila mmoja alijaribu kumdodosa juu ya tukio hilo, "Ni kweli haya tunayosikia? Ilikuwaje?"

"Hicho ulichosikia kizidishe mara nne ndipo utaupata ukweli wa tukio zima," Kambambaya alimjibu mmoja wao, akimwonyesha dalili kuwa hataki mazungumzo zaidi.

Minong'ono ilizimika ghafla mlango wa ofisi ya Rais ulipofunguka naye kuingia taratibu.

Rais hakuwa mrefu sana. Kwa ujumla, alikuwa mtu mfupi, mnene mwenye afya. Tambo lake lililobeba kilo zisizopungua mia na kumi lilimfanya kila mtu ainue kichwa chake na kukaa kwa nidhamu kabla ya kusimama.

"Kaeni," alisema baada ya yeye mwenyewe kuketi.

Alionekana mchovu, aliyekosa mapumziko kwa muda mrefu. Kichwa chake pia kilionekana dhahiri kuwa kilikuwa msitu mkubwa wa mawazo. Utategemea nini zaidi kwa Rais anayeongoza moja ya nchi zinazoitwa masikini zaidi duniani ingawa ardhi yake inafoka kwa madini, bahari, mito na maziwa yake yanafurika kwa samaki na misitu yake imejaa utajiri wa wanyama na maliasili nyinginezo? Utategemea nini kwa Rais anayeongoza nchi kubwa ambayo zaidi ya asilimia tisini ya watu wake pato lao ni chini ya dola moja kwa siku, zaidi ya asilimia tisini ya vijana wake hawapati elimu ya sekondari na zaidi ya asilimia hizo tisini hawana ajira? Utategemea nini kwa Rais ambaye wakati nchi nyingine zinatenga fedha za kupeleka wataalamu wake kufanya utafiti katika sayari nyingine, yeye anawatuma mawaziri wake kwa wanaoitwa wafadhili kuomba fedha za kufanikisha kujenga madarasa na kununua vitabu kwa ajili ya elimu ya msingi? Utategemea nini kwa Rais ambaye maradhi madogomadogo kama kipindupindu na malaria bado yanaua maelfu ya watu wake kila mwaka huku yale makubwa kama, UKIMWI na Kifua Kikuu yakiwateketeza vijana kwa watu wazima, huku dawa na lishe vikiwa bidhaa adimu? Naam, Rais alikuwa na kila sababu ya kuonekana ameelemewa.

Pamoja na yote haya sasa limekuja na hili. "Samahani kwa wito wangu wa ghafla," alisema baada ya kutulia juu ya kiti chake cha enzi. "Nimewaiteni hapa kwa ajili ya suala moja tu, ambalo nadhani karibu nyote tayari mnalifahamu, ingawa kwa minong'ono. Ndege zetu za kivita, kutoka katika kituo kimojawapo cha kijeshi, zimepaa angani na kuja Dar es Salaam kufanya shambulio la aibu katika nyumba ya raia mmoja na kuiteketeza kabisa. Inaaminika kuwa yeye na kila kilichokuwamo katika nyumba hiyo vimeteketea. Kilichofanya niwaiteni hapa ni kujua nani aliyetoa amri ya kurusha ndege hizo. Taarifa ninazopata zinatatanisha. Kila mmoja anasema hajui, ingawa watu wa rada na marubani waliozirusha wanasema walipokea amri halali na kupatiwa ramani ya eneo la tukio kwa taratibu zote." Rais alisita kwa muda kabla hajaendelea, "Kati yetu hapa, kuna mtu anayefahamu vizuri zaidi tukio hili. Namtaka ajitokeze na aeleze kwa kina kilichotokea."

Ukumbi mzima ulimezwa na ukimya mzito. Kila mmoja alijiinamia huku akimtazama mwenziwe kwa wiziwizi. Ni Rais peke yake aliyewakazia macho, akimtazama kila mmoja kwa zamu.

"Sikilizeni," Rais alisema baada ya dakika nzima ya ukimya. "Labda sijaeleweka. Sijasema kuwa kilichotokea ni kitu cha ajabu sana duniani. Yanatokea mara nyingi, amri kutolewa kwa bahati mbaya na ikaleta maafa makubwa. Tatizo hapa ni kuelewa tu, amri hiyo ilianzia kwa nani hadi kuwafikia watekelezaji. Wao wanaijua sauti ya mtu aliyetoa amri, ambaye yuko hapa hapa. Kwani mwenyewe haijui sauti yake ama anaikana? Tungeomba awe muungwana, ajitokeze na kutupa ufafanuzi wa kilichopelekea atoe amri nzito kama ile."

Kimya kingine kikaumeza tena ukumbi mzima. Hakuna aliyejitokeza.

Uso wa Rais ulianza kuondokana na ile hali ya diplomasia iliyokuwapo kwa muda mrefu. Alianza kukasirika. "Sasa nitafanya jambo moja," aliwaambia. "Nitawapeni dakika tano za kujadiliana. Baada ya hapo natarajia kupata jibu. Vinginevyo..." aliiachia sentensi hiyo hewani na kuinuka. Akarejea katika ofisi yake.

Mmoja kati ya waalikwa hao alikuwa akitetemeka. Japo chumba kilikuwa na ubaridi tosha kutoka katika kiyoyozi yeye mikono yake ililowa kwa jasho jembamba. Aliificha mikono hiyo katika mifuko ya koti lake huku mara kwa mara akifuta paji lake la uso kwa kitambaa.

Muda mfupi uliopita bwana huyu alikuwa akicheka. Alijua fika kuwa kikao hiki kilikuwa cha mwisho kwake kama mwalikwa au msikilizaji. Vikao ambavyo vingefuata ndiye angealika huku akiwa mbele yao, nyuma ya meza ile pana, juu ya kiti cha enzi! Kwa bahati mbaya, wote waliokuwamo chumbani humo hawangekuwapo kumshuhudia akiendesha vikao hivyo. Hawangekuwa hai. Aibu iliyoje! Angependa wawepo, wawe mashahidi. Kwa bahati mbaya hilo lisingewezekana. Mara tu atapokiacha chumba hiki mwisho wao utakuwa umewadia.

Lakini jasho lilizidi kumtoka. Aidha, alihisi akitetemeka waziwazi. Alihisi pia kuwa kila mtu alikuwa akimtazama. Akainuka na kuelekea maliwatoni. Miguu yake ilikuwa haina nguvu na iligongana magotini. Akajikongoja hadi huko, ambako alijifungia msalani na kutoa simu yake ya mkononi. Kwa mikono inayotetemeka alibonyeza namba kadhaa harakaharaka. Simu haikumjibu.

Hakukuwa na mtandao!

Alijaribu mara kadhaa kabla hajayaona maandishi katika uso wa simu hiyo yakisema waziwazi kwa lugha ya Kiingereza *'No service'*. Hakuyaamini macho yake. Sasa aliloa jasho mwili mzima huku akitetemeka waziwazi. Alijikongoja akijaribu kutoka nje ya jengo hilo na kuliendea gari lake, lakini vijana wawili wa usalama walimzuia.

"Samahani mzee, tumeagizwa kutomruhusu mtu yeyote kutoka kabla ya Rais kufunga kikao hiki," mmoja wao alimwambia.

"Lakini... Lakini... sijisikii vizuri. Na... Nadhani nina homa," alijaribu kuwaambia.

"Pole sana," alijibiwa. "Itabidi uhudumiwe na daktari wa Ikulu."

Mtu huyo aliitazama saa yake. "Haiwezekani!" alifoka. "Lazima nitoke mara moja!"

"Pole sana. Lakini haiwezekani!"

* * *

Akiwa Dar es Salaam, akiwa kama mwekezaji, Christopher Marlone alipenda kuishi katika nyumba yake ya ghorofa mbili iliyojengwa katika ufukwe wa bahari ya Hindi, eneo la Kunduchi. Alijitahidi sana kuifanya iwe nyumba ya kawaida, kama zilivyo za majirani zake wengine, ikiwa na ulinzi wa kawaida wa akina' *Night Suporf, Simba Security, Goha Security;*

na wengineo. Yeye alitumia walinzi wa Simba. Aidha, geti lake liliunganishwa na waya wa umeme ambao uliashiria hatari mara ulipoguswa na mtu au kitu ambacho hakikukusudiwa.

Joram Kiango na Margareth waliifikia nyumba hiyo kupitia upande wa nyuma. Waliambaa katika msitu wa maua uliofunika ukuta wa nyumba hiyo hadi walipoufikia upenyo wa siri ambao zaidi ya Marlone ni Margareth peke yake aliyeufahamu. Walipoufikia mlango, Joram Kiango alitoa vifaa vyake na kushughulikia kitasa harakaharaka. Dakika tatu baadaye tayari walikuwa wameingia ndani bila ya walinzi wa kampuni ya Simba, waliokuwa wakilizunguka jengo hilo kila baada ya dakika kumi, kuwaona.

Akiwa mwenyeji tosha katika jumba hilo Margareth alimwongoza Joram kupita uchochoro huu hadi ule, chumba hiki hadi kile hadi walipofika mbele ya mlango wa chumba ambacho alikielezea kuwa maktaba ya Marlone.

"Atakuwa humu," alimwambia Joram. "Muda wake mwingi huutumia katika chumba hiki."

Huku bastola mbili zikiwa zimemtangulia, Joram aliupiga teke mlango huo na kuingia nao ndani. Aliviringika mara mbili kabla ya kusimama, bastola zake zote zikiwa zimemlenga Christopher Marlone ambaye aliduwaa, wima, nyuma ya meza yake kubwa.

"Nani... Umeingiaje humu ndani?" Aliuliza kwa sauti iliyojaa mshangao.

"Naitwa Joram Kiango. Na niliyefuatana naye ni msichana unayemfahamu vizuri zaidi yangu. Anaitwa Margareth Johnson," Joram alimjibu kwa kebehi.

Wakati huo Margareth alikuwa akiingia chumbani humo taratibu, hatua baada ya hatua. Yeye pia alitanguliwa na bastola kubwa iliyoshikwa barabara katika mkono wake wa kuume.

Marlone alitokwa na macho ya mshangao. "Wewe!" alifoka, "Uko hai," Hakuyaamini kabisa macho yake.

Toka alipopokea taarifa ya nyumba ya Joram kuteketezwa kabisa, huku yeye na Margareth wakiwa wamejichimbia humo, polisi wakiwa wametanda kila kona ya nyumba hiyo, aliamini kuwa wamekufa na hakuwa tena na jambo lolote la kuhofia. Ni imani hiyo iliyofanya asione haja ya kuchukua hadhari zaidi, wala kujishughulisha kuitazama *screen* ya kompyuta yake ndogo ambayo ilikuwa ikimwonyesha mazingira yote ya nyumba hiyo. Ndiyo, imani hiyo pamoja na taharuki aliyokuwa nayo juu ya tukio zito ambalo alilitarajia kujiri muda wowote kuanzia wakati huo viliimeza kabisa akili yake.

Badala yake muda wote macho na masikio yake vilikuwa kwenye simu yake maalumu akisubiri iite, imthibitishie kuwa kila mjumbe alikuwa ameketi kwenye kiti chake katika kikao cha Ikulu, ili baada ya uhakika huo atoe amri yake kuu, amri ya mwisho akiwa uraiani.

Ilimshangaza Marlone kuona simu aliyoitarajia ikichelewa kuingia. Si hilo tu, hakupata kupokea simu yoyote katika muda wote wa kusubiri, jambo ambalo awali lilimfariji lakini baadaye likaanza kumshangaza.

Simu aliyoitaraji ingetokea kwa mtu wake ambaye muda huu alikuwa katika kikao cha Ikulu. Kwa kiasi fulani, Marlone alikuwa akimhurumia rafiki yake huyo kwa kumtumia kama alivyomtumia. Ndiyo, alikuwa amemtajirisha sana na kumsaidia kuuficha utajiri wake katika mabenki ya nje ya nchi. Lakini hakuwa na namna ya kumwacha hai. Ulikuwa ulaghai mtupu alipomfanya aamini kuwa baada ya tukio angempa yeye Ikulu ya

Tanzania na kiti hicho cha enzi, ulaghai ambao ulimsaidia sana kufanikisha mtandao wake katika vyombo vya dola, mipango ambayo kwa mara ya kwanza alianza kuyatilia mashaka mafanikio yake kufuatia ujio wa Joram na Margareth, ambaye taratibu vilevile, hatua baada ya hatua, alitembea hadi mbele ya Marlone na kumjibu taratibu, "Unataka kujua kama niko hai? Nitazame vizuri usiogope."

Marlone alijaribu kutabasamu, tabasamu likakataa. "Usiogope... Nitazame," Margareth alimwamuru tena. "Si ulitegemea kuwa nimekufa? Ulipanga kuniua mara ngapi mshenzi wewe?" Alihoji.

Macho ya Margareth yalikuwa yakimtazama Marlone kwa makini sana. Alitazama kila hatua ya mwenendo wa mwili wake. Margareth alijua chini ya meza hiyo, hatua mbili tu kutoka aliposimama Marlone, kulikuwa na kitufe ambacho kama angelikibonyeza kwa mguu wake kila kilichokuwa mbele yake kingechakaa kwa risasi.

Joram pia alikuwa amedokezwa juu ya hilo. Hivyo, yeye pia alikuwa makini, kukichunguza kila kitendo cha Marlone. Alimsogelea na kumwambia, "Mbona humjibu huyu msichana? Ulitegemea kumwua mara ngapi?"

Hakujibu.

"Christopher Marlone," Joram aliita tena. "Kichaa mwenye ndoto za kishetani za kuiangamiza nchi hii na dunia nzima kwa kuubadili uvumbuzi wa kisayansi uliofanywa kwa nia njema kuwa maangamizi makubwa ya maisha ya binadamu. Christopher Marlone, kwa jina la Jamhuri ya Muungano wa Tanzania nakuamuru uinue mikono yako juu na utoke nyuma ya meza hiyo."

Marlone alimkodolea Joram macho.

"Nitahesabu mara tatu," Joram alionya. "Baada ya hapo kichwa chako kitakuwa halali yangu."

Marlone aliendelea kusimama.

"Moja!"

Kimya. "Mbili!"

"Ta..." Marlone alifanya kama alivyotegemewa. Alichupa kukiendea kitufe chake cha kufyatulia silaha zake za siri. Kwa bahati mbaya, hakujua kuwa si Joram wala Margareth aliyekuwa na muda wa kuendelea kuvistahimili vitendo vyake. Akiwa hukohuko angani tayari sura na kifua chake vilichakaa na kufumka kwa zaidi ya risasi kumi za *Daringer* .41, *Semi-Outomatic* na .38 *Colt Special,* zilizomnyeshea mithili ya mvua ya vull Alianguka chali na kutapatapa kwa sekunde chache, kisha akakata roho.

Joram na Margareth waliuinamia mzoga wa aliyekuwa Christopher Marlone kana kwamba walitaka kuhakikisha kuwa amekufa. Kichwa chake kilikuwa kimefumka, ubongo uliochanganyika na damu ukimwagika juu ya sakafu. Hali kadhalika, kifua chake kilikuwa kimekatika kabisa, mbavu na sehemu kubwa ya moyo wake vikiwa vimetoka nje.

Hakuna binadamu aliyeumbwa na Mungu ambaye angeweza kuwa hai katika hali hiyo.

"Ulistahili kufa zamani sana, Marlone," Joram alimwambia maiti.

"Kwa ujumla, ulistahili kufa kifo kama hiki mara tatu au zaidi," Margareth naye alimwambia. Kisha alimtazama Joram na kumchimbia taratibu, "Mpenzi, nadhani sasa naweza kuungana na ndugu yangu huko aliko, ingawa nadhani yeye atakwenda peponi, mimi motoni."

Hata kabla Joram Kiango hajajua lipi Margareth alikusudia kufanya alimwona akiielekeza bastola yake katika kifua chake na kuvuta kiwambo cha kufyatulia.

"Margareth!" Joram aliita akichupa kumwendea.

Alikuwa amechelewa sana. Risasi mbili zilikwishapenya katika moyo wake na kuufumua kabisa. Alianguka juu ya sakafu na kugugumia kwa maumivu. Baadaye alitulia na kumtazama Joram ambaye alikuwa bado kapigwa na butwaa.

"Samahani Joram. Nilikupenda na bado nitaendelea kukupenda... Lakini sistahili kuishi... Nimefanya madhambi mengi sana na makubwa sana..."

Uso wake ulibadilika taratibu. Maumivu yakaonekana kuuacha na tabasamu kuchukua nafasi yake, tabasamu jepesi, tabasamu murua ambalo machoni mwa Joram halikuwa tena tabasamu la Margareth; isipokuwa lile alilolizowea na kulipenda sana.

Tabasamu la Mona Lisa!

HITIMISHO

❋ ⸙ ⸼ ⸙ ❋

ASUBUHI hiyo iliondokea kuwa ya kawaida kama zilivyo asubuhi nyingine zote. Wanafunzi walidamka na kuwahi mashuleni kama ilivyo ada, watu wazima walikimbilia makazini, wafanyabiashara waliendelea na pilikapilika zao. Waliobakia majumbani nao waliendelea na yao. Ile hofu iliyowakumba usiku, ikitokana na uvumi wa ama Tanzania kuvamiwa, ama shambulio la ugaidi ilitoweka usiku huo huo baada ya Rais kulihutubia taifa kupitia vituo vya televisheni na redio.

Hotuba ya Rais ilichukua dakika tano tu, ikiwa na ajenda mbili muhimu. Kwanza, Rais aliwatoa hofu wananchi kwa 'Uvumi usio na msingi' wa Tanzania kuvamiwa na magaidi ama na nchi jirani. "Nchi yetu ni imara, haina wasiwasi wowote. Jeshi letu ni imara na halijapata kubabaishwa wala halitababaishwa na mtu wala Taifa lolote. Fanyeni shughuli zenu kwa utulivu pasi na kubabaishwa kwa uvumi wowote."

Akizungumza kwa kujiamini, sauti yake ikiwa imara, uso wake ukiwa hauna dalili yoyote ya kuficha kitu, wananchi walimwamini Rais mara moja na kupuuza kila walichokisikia.

Ajenda ya pili katika hotuba ya Rais ilikuwa ya kusikitisha. Kwa ujumla iliwashitua na kuwashangaza watu wengi. "Taifa limepata msiba. Kiongozi wenu, mpenzi wenu, ambaye amelitumikia Taifa hili kwa uaminifu na mapenzi makubwa kwa zaidi ya miaka ishirini na mitano, katika nyadhifa mbalimbali amefariki dunia."

"Kifo choke kimetokea ghafla usiku huu kutokana na ugonjwa wa moyo wakati akiwa Ikulu, katika shughuli za kitaifa, akiendelea kuitumikia nchi yake.

"Atazikwa kwa heshima zote za kitaifa. "Mungu ailaze roho yake pema."

Watu waliomwona marehemu muda mfupi uliopita, akiwa hai, mchangamfu na mwenye afya tele hawakuamini masikio yao. "Binadamu hatuna thamani, tunatembea na kifo", mtu mmoja alinong'ona mtaani.

'Kweli kabisa', aliungwa mkono.

* * *

Kesho yake vyombo vya habari vilipambwa na habari na picha za mheshimiwa huyo. Televisheni, redio na magazeti yote yalikuwa na taarifa za kifo chake 'cha kishujaa' na historia ya maisha yake.

Habari za nyumba iliyoteketezwa kwa madege ya kijeshi kule Bunju hazikupata nafasi. Habari za kifo cha tajiri, mwekezaji maarufu, Christopher Marlone, zilidokezwa kidogo tu katika gazeti moja, tena katika ukurasa wa tatu, chini ya kichwa kidogo cha habari, 'TAJIRI AUAWA NA MAJAMBAZI'. Kwamba tajiri huyo alipambana kiume na majambazi hayo na akafanikiwa kuliua moja, la kike; lakini jambazi la pili limefanikiwa kutoroka na fedha nyingi.

Mmoja kati ya watu wachache waliofanikiwa kuisoma habari hiyo ni Joram Kiango. Alilitupa gazeti hilo mezani huku tabasamu la uchungu likiutembelea uso wake, tabasamu ambalo alilifukuza vilevile kwa kumeza fundo la kahawa chungu iliyokuwa mbele yake.

MWISHO